સાયકલ : સાધન કે ચેતના ?

હરપાલ વાળા

Made with ♥ on the Notion Press Platform
www.notionpress.com

આ પુસ્તક વાચનાર પાઠકને સમર્પિત !!...

સામગ્રી

1

જોરથી અને ભાર દયને કારની ડિક્કીમાં બે સાયકલ મુકયા બાદ એક મહિલા તેના પતિ સામે જોતા બોલી:

મહિલા (ચિત્રાંગના) : સાંભળો !! બસ હવે હો !! હું આશા રાખું હું કે આ વખતે તમે તમારી આ બને સાયકલોને આપણા જાણીતા ચીમન ભાઈને આપીને આવશો અને તેના બદલામાં જે પણ ભાવ ઓછા થતા હોય તે અનુસાર ભાવ ઓછા કરીને એક નવી ચિન્ટુ માટે નવી સાયકલ લઈને આવશો. " એટલું બોલીને ચિત્રાંગના અટકી ગયી કારણકે, અભય (તેનો પતિ) કોઈ ઊંડા વિચારોમાં ખોવાયેલ લાગી રહીયો હતો આથી ચિત્રાંગના અભય સામે ગુસ્સાથી મોંન બની ને જોવા લાગી.

ચિત્રાંગના : અભય ! પ્લીસ યાર ! હવે આ વખતે ફરી આ સાયકલને જેમ પહેલા વેચવા ગયેલો અને ફરી તું અમની તેમ ફરી વેહ્ચાય વગર જ લઈને આવી ગયો હતો એવું ના કરતો. મારે કેટલો સમય તારે આ જુના ભંગારને સાચવવો?? " ભંગાર સાંભળીને અચાનક અભય વર્તમાનમાં આવી ગયો અને ચિત્રાંગના સામે થોડા અણગમાના ભાવ સાથે જોવા લાગીયો.

ચિત્રાંગના :' સોરી ! મારો એ મતલબ ન હતો " અભયને ગુસ્સે થતા જોઈને દિલગીર ભાવ સાથે બોલી . મને તો માત્ર તારી બીજા નંબરની સાયકલથી જ પ્રોબ્લમ છે. એ મને આ ઘરમાં ન જોઈએ', કહીને જોરથી કારના બોનેટ પર હાથ પછાડતા ગુસ્સો દર્શાવવા લાગી અને આગળ બોલી : બીજી સાયકલથી મને કોઈ સમસ્યા નથી. મને ખબર છે આ બન્ને સાયકલ સાથે તારી ઊંડી લાગણીઓ જોડાયેલી છે પણ કેટલો સમય તું આ સાયકલોને સાચવીને રાખીશ?" અભય માથું ધુણાવતા હા જવાબ આપીને મૌન રહેવાનું જ પસંદ કરે છે.

ઘર આંગણે, ગેટ પાસે આ ચર્ચા ચાલી રહી હતી તેટલામાં અભય અને ચિત્રાંગના નો ૧૦ વર્ષીય બાળક ચિતરંજન આવે છે .રમતો કરતા અને નિખાલસ ભાવથી અભયના ચેહરાને જોતા ખુબજ પ્રેમથી બોલ્યો : " પાપા! આજે તો મારા માટે નવી સાયકલ લાવશો ને ?" પોતાના દીકરાની માંગને સહમતી

આપતા અને ખુબજ હળવેથી ચિતરંજનના માથે સ્પર્શીને પંપાળતા અભય બોલ્યો " ચોક્કસ !! બેટ્ટા !! આજે તો પાક્કું તારી સાયકલ આપણા ફળિયામાં આવશે." કહીને સ્મિત આપી.

2

દુકાનમાં :

દુકાનદાર (ચીમન ભાઈ : આ બીજી સાયકલને તમે પાર્વતી નામ આપેલ ? " કહીને સાયકલ પર લખેલ પાર્વતી નામને આંખના ઇસારા વડે દર્શાવતા આગળ બોલ્યા ; "એટલા વર્ષ જૂની આ સાયકલને તમે એટલી કાળજીથી સાચવી છે જેના કારણે તે આજે પણ નવી જેવી જ દેખાય રહી છે . હું નવી સાયકલના મૂળ ભાવમાંથી સારા રૂપિયા બાદ કરીને ચિરંતન માટે નવી સાયકલ આપી શકીશ."

સાયકલ પાસે આવીને અભય લાલા રંગે લખેલ પાર્વતી નામને સ્પર્ષે છે. અને મધુર હાસ્ય સાથે થોડું હશે છે." હસતા જોઈને ચીમન ભાઈ અભયને કહે છે ; " તમારું હાસ્ય એક પ્રેમીનું છે. લાગે છે કે આ સાયકલ સાથે તમારી પ્રણય કહાની જોડાયેલ છે." કહીને અભય સામે સ્મિત વિખેરે છે.

અભય : હા

ચીમન ભાઈ : ઓકે. એને એ તમારી પ્રેમિકા તમારી પત્ની તો નથી જ લાગતી સાચુંને ?

અભય : ના.

ચીમનભાઈ : હમ્મ. હવે મને સમજાય રહીયુ છે કે ક્યાં કારણથી ચિત્રાંગનાએ ક્યાં કારણથી હમણાં મને ફોન કરી આ વખતે તમારી પાસેથી બન્ને સાયકલ જે ભાવે હું લય શકું તે ભાવે લઈ જ લેવાની વિનંતી કરી હતી. અને ફોન મુક્તિ વખતે બોલી: " ચીમનભાઈ !! ખાસ તો "પાર્વતી" લખેલ સાયકલને તો લય જ લેજો. પ્લીઝ !! આ તમારી નાની બહેનની તમને એક રિકવેસ્ટ છે "

અભય: ચિત્રાંગના નો ફોન હતો તમને ?

ચીમનભાઈ : હા..એટલે જ મને જાણવાની ઉત્સુકતા છે કે એક બિચારી સાયકલ કેવી રીતે તમારી પ્રેમિકા પાર્વતી બનીને તમારી વાઈફ ને ખુંચી રહી છે ?" કહીને ખડખડાટ હસવા લાગ્યા.

અભય : હહહ..હા ..હા

ચીમનભાઈ : જા મુકેશ ! અભય માટે અને મારા માટે બે કપ ચા લઈને આવ ." થોડા જ સમયમાં ચાના બે કપ ભરાય છે અને અભય ચા ની ચુસ્કી લેતા ખુદની અને પાર્વતી ની પ્રણય કથામાં આ સાયકલની શું ભૂમિકા રહેલી છે? તે કેહવાનનું ચાલુ કરે છે.

3

ભૂતકાળ :

સવારના ૮.30 વાગ્યા છે.. અભય તેની વહાલી સાયકલને દરરોજ પાણી વડે ધોઈને અને એક સ્પેશ્યિલ સાયકલ સાફ કરવા માટે ખરીદેલું કાપડથી સાફ કરતો. સાયકલને સાફ કરવા સાયકલ પાસે નિત્ય ૨૦ મિનિટનો સમય ફાળવીને પાણીની ડોલ અને સાયકલને લુછવાના સ્પેશ્યિલ કાપડ સાથે બેસ્તો. એ સમયે પ્રેમભર્યા આનંદ ભાવ ને લાગણીથી પાણીનો છટકાવ સાયકલ પર એ રીતે કરતો જાણે એક માતા તેના બાળકને નવડાવતી હોય. જાણે એક બાળકને ઉનાળાની ખરી બોપોરની કાળઝાળ ગરમીમાં ઠંડા પાણીમાં સ્નાન કરીને આનંદથી ખડખડાટ મૃદુ હાસ્ય વિખેરે તેમ અભય સાયકલ સાફ કર્યા પછી ટંકોરી વગાડીને તેનું બાળક આનંદથી હસી રહીયુ હોય તેવો અનુભવ કરતો.

અભય તેના ગામની નજદીક આવેલા એક નાના શહેરની કોલેજમાં graduation કરી રહીયો છે. ગામની બહાર નીકળ્યા બાદ 30 મિનિટની સતત સાયકલિંગને અંતે તે શહેરની કૉલેજે પોહાચત્તો. એવું નથી કે ગામમાંથી તે શહેરમાં જવા માટે અન્ય કોઈ વાહનની સુવિધા નથી. દરરોજ એક સારવારના ગામના બસ સ્ટોપ પરથી એક બસ શહેર જાય છે. અભય ના દરેક મિત્રો તે જ બસથી કૉલેજે જાય છે પરંતુ અભયનો સાયકલ પ્રત્યેનો ગાંડો પ્રેમ તેને તે બસમાં ચડતો હંમેશા અટકાવી દે છે અને સાયકલ સંગાથે જવા માટે પ્રેમની સાંકળથી બાંધી દે છે.

અભય તેની સાયકલ લઈને કૉલેજે જય રહીયો છે. સાયકલના સથવારે જેવો અભય ઘરના ગેટની બહાર પોહ્ચે છે કે ત્યાંજ અભયની માતા અભયને રોકવા દોડતી આવે છે. અને બોલે છે;

અભયની માં : અભય !! રૂક.. આજે શેઠાણી બહાર ગામ ગયા છે એટલે સાહેબ માટે સવારનો નાસ્તો આપણા ઘરેથી તેમની શાળાએ પહોંચાડવાનો છે. આલે આ ટિફિન સાહિબને આપીયા બાદ જ કૉલજે જા જે .

અભય: થીક છે...

શાળા ગામની બહાર છે. અભય , સાયકલ અને સાહેબનું ટિફિન ત્રણેય શાળાના પરિસરમાં પોહચે છે.

શાળા ના પરિસરમાં પોહોચતાની સાથે એક મધુર અવાજ અભયના કાને અથડાય છે. તે મહિલાનો મંત્ર મુગ્ધ કરતો અવાજ અને સિતારનો નાદ અભયને અવાજની દિશા તરફ આકર્ષવા લાગે છે. સાયકને સ્ટેન્ડને આધારે મૂકી અને ખમ્ભા પર ટિફિનને દોરીથી લટકાવતા ,અભય ઝડપથી અવાજની દિશા તરફ જોવે છે. શાળાના ખુલા પરિસરમાં વચ્ચે રહેલ પીપળાના જાડની નીચે એક સુન્દર મહિલા સિતાર સાથે નાના બાળકોને સંગીત શીખવતી નજરે ચડે છે છતાંપણ અંતરને કારણે જાખી નજરે પડે છે. લોંખડરૂપી અભયનું અંતરમન જાણે લોખંડ રૂપી ચુંબકીય આકર્ષણ અનુભવતું હોય તેમ ઝડપથી તે મહિલા તરફ દોરવાય છે. પીપળના થળની એકદમ મધ્યમ મહિલા જાણે પ્રકૃતિના પવીત્ર પ્રભાવથી રક્ષિત થયેલ હોય તેવી લાગી રહી હતી. સફેદ સાડી અને તે સાડીની લીલા રંગની એમ્બ્રોડરી કિનારીમાં દોરેલી ડાળીઓ ને વૃક્ષના પાનની ભાત એવી લાગી રહી હતી જાણે મહિલાની પાછળ રહેલા [પીપળાએ તેની શાખાઓને પ્રસરાવીને તે પવીત્ર મહિલાને ખુદની અંદર સમાવી લીધી હોય. કપાળ પર કરેલ શુદ્ધ ચંદન નું તિલક અને તેની જરાક ઉપરની દિશામાં ,ચોખા અને ચંદનના મિશ્રણથી બનેલી નાની ચંદ્રની આકૃતિ નાના કદની હોવા છતાં સ્પષ્ટ નજરે પડી રહહુ હતું જે તે મહિલાની પવિત્રતામાં વધારો કરી રહીયુ હતું . હાથમાં સોનેરી કલરના સામાન્ય પરંતુ સૂર્યના પ્રકાશ કિરણોને વિભાજીત કરતી પાતળી બંગડીઓ એક આદર્શ મહિલાની છાપ છોડી રહી હતી.

અભયને આંખો અને કાંન જાણે સાક્ષાત સરસ્વતીને સાંભળી ને જોય રહી હોય એવું અનુભવી રહી હતી. અતિશયોક્તિના પ્રવાહમાં ન ઢોળાઈએ તો પણ તે મહિલાનો પ્રભાવ એ હદે વિખરાય રહીયો હતો તે જોઈને એ સમયમાં અને સ્થળમાં હાજર વ્યક્તિ એવું જ અનુભવશે જાણે કે મહિલા આ પૃથ્વી લોકની તો નથી જ. એવું લાગી રહીયુ છે કે ,"જાણે ઈશ્વરે તેને કોઈ રૂપ વરદાનરૂપે અપીયું હોય."

મહિલા આખો બંધ કરીને વિષ્ણુ સ્તુતિ ગાઈ રહી છે અને તે જ સ્તુતિને, પીપળાના વૃક્ષના ઓટલા નીચે બેઠેલા નાના ભૂલકાઓ અનુસરી રહિયા છે. એક શૃંખલામાં રાગ પોરવતા ને શીખતાં એક લયમાં ગાવાનો પ્રયાસ કરી રહિયા છે. વહેતા ધીમા પવનના કારણે જુલા ઝુલતા પાંદડાઓ પણ રાગના તાલમેલમાં આવવાનો પ્રયાસ કરી રહિયા નજરે પડી રહિયા છે.

મહિલાની આગળીઓ દ્વારા સિતારના તારોમાંથી ઉદભતા રમણય અવાજને અનુભવ કરવા આખો બંધ કરીને "શુક્લામ્બરધર્મ વિષ્ણુમ" સ્તુતિ ગાય રહી હતી :

शक्ुलाम्बरधर ंवष्िणु ं
शशविर्ण ंचतर्ुभजुम्,
प्रसन्नवदन ंध्यायते्
सर्ववघ्िनोपशान्तय े।
शान्ताकार ंभजुगशयन ं
पद्मनाभ ंसरुशे,ं
वश्िवाधार ंगगनसदृश ं
मघेवर्ण शभुाङ्गम् ।
लक्ष्मीकान्त ंकमलनयन ं
योगभिर्िध्यानगम्यम्,
वन्द ेवष्िण ुंभवभयहर ं
सर्वलोककैनाथम् ।
औषध ेचर्िंतय ेवष्िणमु
भोजन ेच जनार्धनम,
शयन ेपद्मनाभ ंच
ववािह ेच प्रजापतमि,
यदु्ध ेचक्रधरम दवे ं
प्रवास ेच त्रविक्िरम ं।
नारायण ंतन ुत्याग े
श्रीधर ंप्रयि सगंम,े
द:ुस्वप्न ेस्मर गोवन्िदम
सकंट ेमधसुधूनम ।
कानन ेनारासम्हिम च
पावक ेजलाशयनिाम,
जलमध्य ेवराहम च
पर्वत ेरघ ुनन्दन,ं
गमन ेवामन ंचवैै
सर्व कार्यशे ुमाधव ं।
षोडशतैानी नमानी

प्रातरुत्थाय यह पठते,
सर्वपापा वर्निमिकुतो
वष्णिलोके महीयते।

હવે મહિલા આંખ ખોલે છે. મહિલા, નીચે બેસેલા બાળકોની પાછળ ટિફિન સાથે ઉભેલા અભયને જોઈને પ્રેમ ભરિયું હાસ્ય છલકાવે છે જાણે મહિલા અભયને ઘણા સમયથી ઓળખતી હોય. આ જોઈને અભય અભિવાદન જાળવતા થોડું આશ્ચર્ય સાથે મલકાય છે. મહિલા પોતાની આખો હળવેકથી બંધ કરીને ઈશ્વરનો આભાર માનતા વિષ્ણુ સ્ત્રોત ગાવાનું ચાલુ કરે છે;

जगज्जालपालं चलत्कण्ठमालं
शरच्चन्द्रभालं महादैत्यकालं
नभोनीलकायं दुरावारमायं
सुपद्मासहायम् भजेऽहं भजेऽहं ॥1
सदाम्भोधिवासं गलत्पुष्पहासं
जगत्सन्निवासं शतादित्यभासं
गदाचक्रशस्त्रं लसत्पीतवस्त्रं
हसच्चारुवक्त्रं भजेऽहं भजेऽहं ॥2
रमाकण्ठहारं श्रुतिव्रातसारं
जलान्तर्विहारं धराभारहारं
चिदानन्दरूपं मनोज्ञस्वरूपं
ध्रुतानेकरूपं भजेऽहं भजेऽहं ॥3
जराजन्महीनं परानन्दपीनं
समाधानलीनं सदैवानवीनं
जगज्जन्महेतुं सुरानीककेतुं
त्रिलोकैकसेतुं भजेऽहं भजेऽहं ॥4
कृताम्नायगानं खगाधीशयानं
विमुक्तेर्निदानं हरारातिमानं
स्वभक्तानुकूलं जगद्वृक्षमूलं
निरस्तार्तशूलं भजेऽहं भजेऽहं ॥5
समस्तामरेशं द्विरेफाभकेशं
जगद्विम्बलेशं हृदाकाशदेशं
सदा दिव्यदेहं विमुक्ताखिलेहं
सुवैकुण्ठगेहं भजेऽहं भजेऽहं ॥6

सुरालबिलष्ठि त्रलोकीवरष्ठि
गुरूणा गरष्ठि स्वरूपैकनष्ठि
सदा युद्धधीरं महावीरवीरं
महाम्भोधतीर भजऽेह भजऽेह ॥7
रमावामभाग तलानग्रनाग
कृताधीनयाग गतारागराग
मुनीन्द्रैः सुगीत सुरैः संपरीत
गुणौधैरतीत भजऽेह भजऽेह ॥8
फलश्रुति
इद यस्तु नत्यि समाधाय चत्ति
पठेदष्टक कण्ठहारम् मुरारेः
स वष्णिोर्वशिोक ध्रुव यात लोक
जराजन्मशोक पुनर्वन्दित नो ॥

સ્તુતિ પૂર્ણ થતા જ વાતાવરણ શાંત બની જાય છે. અભય આશ્ચર્યના ભાવ સાથે અને તે સુન્દર મહિલા પ્રેમભાવ સાથે અભયને જોય રહી છે ત્યાંજ અચાનક એ શાંત વાતાવરણમાં ખલેલ પોંહચાડતો માસ્તર સાહેબનો અવાજ અભયના કાને પડે છે ;

સાહેબ : અભય !! અભય !..અહીંયા !! ..” હાથ વડે ઈશારો કરતા સાહેબ અભયને નજદીક આવવાનું કહે છે.

અભય : હા સર ..." કહીને ટિફિન સાથે માસ્તર પાસે આવે છે. અને ટિફિન આપતા આંગળી ચીંધીને અભય તે મહિલા વિષયમાં પુછપરછ કરે છે ; " સર ! તે પેહલી મહિલા કોણ છે???

સાહેબ : કોણ ?...તે !..તે તો પાર્વતી છે !!...થોડા દિવસ માટે સંગીત શીખવવા ટીચર તરીકે આપણી વિધાયલાય જોડાઈ છે. નસીબની વાત છે આપણી શાળામાં સંગીત અધ્યાપકની જરૂર વર્તાય અને પાર્વતી તેના રીઝ્યુમ સાથે બીજા જ દિવસે જોબની પૂછતાજ કરતા આવી ચડી. પાર્વતી ની ભરતી કોન્ટ્રાક્ટ ઉપર માત્ર બે મહિના પૂરતી જ કરવામાં આવેલ છે. પાર્વતી અહીંયા બે મહિના પૂરતી જ.

અભય: માત્ર બે મહિના પૂરતી જ નોકરી હોવા છતાં પાર્વતી એ નોકરી નો સ્વીકાર કર્યો ? કેમ ??

સાહેબ: એ તો મને પણ ન સમજાયું પણ પાર્વતી બે મહિનાની નોકરી માટે તત્પર હતી અને આપણે પણ જરૂર હતી એટલે પાર્વતીને નોકરી આપવામાં આવી. બે મહિના પછી જુના શિક્ષિકા આવી જવાનના છે એટલે આપણે પાર્વતીને

સ્થાયી નોકરી આપી શકીએ તેમ ન હતા.

અભય : હમ્મ..

સાહેબ: તારી કૉલેજનું આ લાસ્ટ સેમેસ્ટર ચાલી રહીયુ છે. બે દિવસ પછી સેમેસ્ટરની પરીક્ષા છે. પછી જોબનું કઈ વિચાર્યું છે?

અભય : હા ..પરીક્ષા પછી એજ જગ્યા પર જોબ ઇન્ટરવ્યૂ આપવા જવાનું છે.

સાહેબ : હમ્મ...ધ્યાનથી આપજે ..અને કામ પર ઝડપથી લાગી જા. તારી મમ્મીની ઉમર વધી રહી છે, હવે જમનાબેનને ઝડપથી ઘરકામ માંથી મુક્તિ આપવાની જવાબદારી તારી બને છે. તું આ વાતને સમજે છે ને ?

અભય: હા સાહેબ !! સમજુ છુ.

અભય ટિફિન આપીને સાયકલ પાસે જવા નીકળે છે. વિધાર્થીઓ વિખેરાય રહિયા છે. શાળાના પ્રાંગણમાં પડતા વડલાના વૃક્ષ પાસેથી પસાર થતા અભય પાર્વતી પાસેથી પસાર થાય છે અને સ્મિત આપે છે . પાર્વતી પણખુબ જ આકર્ષક સ્મિત વિખેરતા. અભય પાર્વતી સાથે વાત કરવાનું મન બનાવી લે છે અને પાસે જઈને બોલે છે;

અભય: શું આપણે પેહલા મળ્યા છીએ ?

પાર્વતી: નહીં. કેમ ?

અભય: મને એવું લાગ્યું કે આપણે પેહલા મળેલા છીએ એટલે પૂછિયું . તમારો અવાજ ખરેખર સરસ છે અને તમે ખુબ જ મધુર ગાવ છો.

પાર્વતી : હા ! જાણું છું એટલે જ તો સંગીત ટીચર છુ." કહીને જોરથી હસી પડે છે ; " હા..હાહા .."

અભય: તો તમે ગામ માં ક્યાં રહો છો ?

પાર્વતી : પ્રિન્સીપાલ દ્વારા એક રૂમ મળેલ છે.બે મહિના માટે ત્યાં જ રહીશ.

અભય: તમે મૂળ ક્યાં ના છો ?

પાર્વતી : હું મૂળ તો શિમલાથી આવું છુ. પણ મારા જીવનનો મોટાભાગનો સમય કેરળ રાજયમાં પસાર થેયલ છે

અભય : ઓહ !! શિમલાથી..હમ્મ.. મારી એક ખુબજ પ્રિય વસ્તુ પણ શિમલા મા જ બનેલી ને મને મારા નાનપણ સમયે મળેલી અને એ મારી સૌથી પ્રિય વસ્તુ હતી જેને હું આજે પણ મિસ કરું છુ. ટૂંકમાં કવ તો એ વસ્તુ મારા હૃદયને ખુબ નઝદીક હતી. એ વસ્તુ પર "મેડ ફ્રોમ શિમલા" એવું નાનું ટેગ હતું , એવું મારી માં એ મને કહેલું ." એટલું બોલતા જ અભય, પાર્વતી અને અભયની સાયકલ શાળાના ગેટ પાસે પ્હોચી જાય છે.

પાર્વતી : એ વસ્તુ શું હતી ?

અભય : અભય બોલવા જઈ રહીયો હતો કે ત્યાંજ શાળાના ગેટની બહાર થોડા અંતરે મનુકાકાની દુકાન પર અભયનું ધ્યાન જાય છે અને વાતને અધૂરી મુકી દેતા બોલે છે ; " એ તો ઠીક છે !! તમે આ મનુકાકા ના ભજીયાનો સ્વાદ માણિયો છે?

પાર્વતી : ના . કેમ ?

અભય : તો ચાલો !! આજે હું ! તમને મનુકાકાના ભજીયા ખવડાવું . આવા ભજીયા તમે આજ દિન સુધી તમારા શહેર શિમલામાં કે કરેલના કોઈ પણ સિટીમાં નહીં ખાહીયા હોય. અને મને પૂરો વિશ્વાશ છે કે આ ભજીયાના સ્વાદને તમે આજીવન નહીં ભૂલી શકો.

પાર્વતી: તમે દરેક અજાણીયા વ્યક્તિઓ સાથે આ પ્રકારે જ ભળી જાવ છો? કે હું ! કઈ અલગ છુ?

અભય: હા , બધા સાથે આમ જ ભળી જાવ છુ પણ સાચું ક્વ તો તમારી સાથે કઈક તો અલગ છે...હાહા..હા..(હસવા લાગે છે)

પાર્વતી : હાહા..

પાર્વતી : એ તો કહો એ વસ્તુ શું હતી ? જે શિમલા થી બનેલી અને તમારી ખુબ પ્રિય હતી.

અભય : હા ..એ મારી બાબાગાડી (નાના બાળકની સાયકલ). આજે પણ મને એ બાબાગાડી યાદ છે." કહીને થોડું સ્મિત આપે છે.

પાર્વતી આ સાંભળીને પ્રેમ અને લાગણીથી અભયને જોવા લાગે છે ને થોડું સ્મિત આપતા બોલે છે ; " નિર્જીવ વસ્તુ સાથે એટલો પ્રેમ ? કેમ ?

અભય : "ખબર નહીં કેમ ? બસ છે તે છે. " કહીને નિસ્વાર્થ પ્રેમનું સ્મિત છલકાવે છે.

પાર્વતી : હમ્મ..

4

વર્ષાં ઋતુ હોવાથી આકાશ કાલા વાદળોથી ઘેરાયેલું છે. ગરમ ભજ્યા પ્લેટ પર આવતાની સાથે જ વાદળો વર્ષી પડે છે અને ધોધમાર વરસાદ ગાજવીજ સાથે વર્ષવાનો શરૂ થાય છે. મનુકાકાની ભજીયામાંથી નીકળતી ગરમ વરાળની વચ્ચે દુકાનની સામે રહેલા ખુલા મેદાન અને વર્ષી રહેલા વરસાદના કારણે જાંખા પડેલા દૂર સ્થાનના પહાડોના સુંદર દ્રશ્યને જોઈને પાર્વતી ખુબ હર્ષીઉલ્લાશ અનુભવી રહી હતી. આ જોઈને અભય કહે છે;

અભય : તમને જોઈને લાગે છે કે તમે પ્રકૃતિ પ્રેમી છો.

પાર્વતી : હા . કોને વરસતો વરસાદ જોવો ન ગમે ?

અભય : હમ્મ ...કાલ હું તમને એ પહાડો પર પણ લય જયસ . એ પહાડ પરના કુદરતી દ્રસ્યોને પણ તમે ક્યારેય નહીં ભૂલી શકો. તે પહાડોની ટુંક પર બેસીને તમે એવું અનુભવશો, જાણે કે તમે પહાડ પર નહીં ! પણ કુદરતના ખોળામાં બેઠેલા છો.

દિવસો નીકળવા લાગ્યા . અભય અને પાર્વતીની મુલાકાત વધવા લાગી. ક્યારેક ગામની નદીના કિનારે તો ક્યારેક પહાડોનાના જંગલોમાં તો કોઈવાર ઊંડા જંગોલીની વચ્ચેથી પસાર થતી ખીણો તરફ , મન થાય તો કોઈક સમયે ગામ અને તાલુકાની આસપાસના પૌરાણિક કિલ્લાઓમાં બને પ્રેમીઓ ફરવા નીકળી પડતા. શાળાનો સમય પૂરો થતાની સાથે જ પાર્વતી ગેટની બહાર સાયકલના કરિયરના ટેકે રાહ જોઈ રહેલા અભય તરફ એ રીતે આકર્ષાય ને જતી જાણે પોતે ગોપી છે અને બહાર વાંસળી વગાડી રહેલ અભયરૂપી કૃષ્ણ રાહ જોઈ રહીયો છે. અભય અને પાર્વતી જાણે જન્મો જન્મના મિત્રો હોય તેમ હળી મળી ગયા હતા. અભય પોતાની પ્રિયતમા પાર્વતીને ક્યારેક સાયકલ પર આગળ બેસાડીને તો કયારેક સાયકલના સંગાથે ચાલીને અલગ અલગ સ્થળોએ ફરવા લય જતો. અભય , પાર્વતી અને અભયની પ્રિય સાયકલની ત્રિપુટી હંમેશા સાથે જ જોવા મળતી. અભય અને પાર્વતીની પ્રીત એટલી મજબૂત બની રહી હતી કે જાણે કયારેય એકબીજાથી જુદા થવાના જ નથી.

અભય અને પાર્વતી વીતી રહેલા બે મહિનાનો સમય વિશે વિચારી જ રહિયા નથી અથવા તો પ્રેમની સાંકળ તે બંનેને પ્રેમીઓને દિશામાં વિચારવા દેતી નથી.

સાંજના સૂર્યાસ્થ સમયે : પહાડની ટુંક પર બેઠેલ પાર્વતી થોડી ગમ્ભરિતાથી અભય સામે જોવે છે અને કહે છે :

પાર્વતી :" અભય ! તું મને સાચું સાચું કહે કે તું મને કેટલો પ્રેમ કરે છે?" અભય આ સવાલ સાંભળીને પેહલા સામે રહેલી સાયકલ સામે જોવે છે અને ત્યારબાદ એક ઊંડો શ્વાશ લે છે ને બોલે છે :

અભય " હમ્મ..આ તારા સવાલ નો જવાબ હું તને કાલ આપીશ.

પાર્વતી : કાલે ? કેમ ..? આજ કેમ નહીં ?

અભય: હા ..કાલે ...હકીકતમાં હું કઈ પણ જવાબ નહીં આપું ...પણ કશુક હું એવું કરીશ જે જોઈને તારે મને આગળ કશું જ પૂછવાની જરૂરત જ નહીં પડે.

પાર્વતી : એવું ?

અભય : હા...

પાર્વતી : જોઈએ કે કાલ તું એવું શું કરે છે.

બીજા દિવસે શાળા પુરી થતા ની સાથે જ પાર્વતી ગેટ તરફ આતુરતાથી દોડીને જાય છે. હંમેશની જેમ અભય ખુદના પગને વેલની જેમ વાળીને કૃષ્ણલીલા કરી, સાયકલના કૅરિયર પર બેસેલ હતો. ઝડપથી ચાલીને પાર્વતી અભયની નઝદીક આવે છે અને આતુરતાથી બોલે છે ;

પાર્વતી:" બોલ ...? કેટલો પ્રેમ ??

અભય : સાયકલના પાઇપ તરફ અગાડી ચીંધતા કશુક બતાવતા બોલે છે : " એટલો ઊંડો પ્રેમ ...હું તને કરું છુ ." અભયે પોતાની પ્રિયતમાનું નામ તેની હૃદયપ્રિય સાયકલની પાઇપ પર લખાવેલ છે . "આજ થી મારી આ જીવનું નામ મારા બીજા જીવના નામ પરથી રાખેલ છે. આ જોઈને પાર્વતીનો ચેહરો ખુશીથી છલકાવા લાગે છે કારણકે પાર્વતી જાણે છે કે અભયને સોંથી પ્રિય એક તેની માં છે અને બીજી તેની સાયકલ. આ સાયકલ પર ખુદનું નામ જોઈને પાર્વતી સમજી જાય છે કે સાયકલ જેટલી હું પણ અભયને પ્રિય છુ. જે દાર્શવે છે કે અભયના મનમાં પાર્વતીનું ઊંડું સ્થાન છે.

આગળ પ્રેમની ઊંડાઈને વધુ ઊંડાઈથી વ્યક્ત કરવા માટે અભય ખીચામાંથી બે સામાન્ય પણ સુંદર રંગીન પથ્થરથી જડિત પાયલ નીકાળે છે અને પોતે જ પહેરાવવાની લાગણીને આંખો વડે વ્યક્ત કરતા પાર્વતીને પગ લંબાવવાનું કહે છે. પાર્વતી પગ લંબાવવા બેસવા માટે આસપાસ જોવા લાગે છે પણ કોઈ યોગ્ય સ્થાન ન મળતા પાર્વતી પગને સાયકલના પાછળના કૅરિયર

પર ટેકવે છે અને હાસ્ય વડે પ્રસન્નતા વ્યક્ત કરે છે . અભય પાર્વતીના બન્ને પગને પાયલથી શોભાયમાન કરે છે.

5

વર્તમાન:

ચીમનભાઈ: ઓક . સમજ્યો આ પ્રકારે તમે સાયકલ ને " પાર્વતી " નામ આપિયું.

અભય : હા ..

ચીમનભાઈ :જયારે એટલો ઊંડો પ્રેમ હતો તો તમે અને પાર્વતી સાથે કેમ નથી ? એવું શું તમારા જીવનમાં થયું કે તમે પાર્વતી સાથે લગ્ન ન કર્યા ? હાલ પાર્વતી ક્યાં છે ?" ચીમન ભાઈનો છેલો સવાલ સાંભળીને અભય થોડી ગંભીરતા અને પાર્વતી પ્રત્યેની નારાજગી સાથે ચીમનભાઈ સામે જોવે છે. આ જોઈને ચીમનભાઈ સમજી જાય છે ને ઊંડો શ્વાસ લેતા થોડા વિશ્રામને અંતે બોલે છે ;

ચીમનભાઈ : હમ્મ ..હું કદાચ તમારી વ્યથા સમજી ગયો છુ. ....કદાચ... એક પ્રેમિકા એ તેના પ્રેમીને દગો આપિયો...સાચું ?

અભય : અભયની અભયની દબાયેલી લાગણી આંખમાંથી એક મોતીનું બુંદ બનીને ટેબલ પર રેડાયું ...અને બોલ્યો : " કદાચ.. હા !!..ખબર નહીં ..!!" દુ:ખી થયેલ અભયને જોઈને પોતાનો હાથ અભયના ખમ્ભા પર મુકતા ચીમ્મન ભાઈ બોલ્યા ; " સોરી !! અભય ! મારો ઈરાદો તમને દુ:ખી કરવાનો ન હતો ! .મોટાભાગના લોકોની આવી જ વ્યથા હોય છે..." અભયને શાંત કરવા ચીમ્મન ભાઈ પાણીનો ગ્લાસ આગળ ધકેલ છે. અભય પાણી પીવે છે ને શાંત થાયછે.

ચીમનભાઈ : અભય ! જો તમને આ વીતેલી ઘટનાઓની યાદ દુ:ખ આપતી હોય તો હું તમને તમારી આપબીતી જણાવવા દબાણની નહીં કરવું જ યોગ્ય સમજીશ.

અભય : ના ..ના !! ...એવું નથી ..આ ઘટનાઓ યાદો મને દુ:ખી પણ કરે છે અને મને મદદ પણ કરે છે..

ચીમનભાઈ : મદ્દદ ? કેવી રીતે ?

અભય : જયારે હું તમને ઘટેલી આ ઘટનાઓ જાણવી રહીયો છુ ત્યરે મને એવું લાગે છે કે જાણે હું એ સમયમાં પાછો જીવી રહીયો છુ. આથી હૃદયના કોઈ

ખૂણામાં મને એ જિંદગીને ફરી જીવવવાનો આનંદ પણ આવે છે. આથી પ્લીઝ ! મને આગળની ઘટનાને કહેવા દો.મારુ મન હળવું ફૂલ બનશે.

ચીમનભાઈ : ઠીક છે ! અભય ..તમારા દિલને રાહત મળતી હોય તો તો આગળ શું ઘટ્યું એ જાણવા હું તો આતુર છુ જ ...

6

અભય આગળ એ દિવસોને યાદ કરતા બોલે છે..

ભૂતકાળ :

સાંજના પાંચ વાગ્યા છે. હમેશની જેમ અભય શાળાની બહાર પાર્વતીની રાહ જોઈ રહીયો છે. બધા જ વિધાર્થીઓ જતા રહિયા છે પણ પાર્વતી હજી શાળાની બહાર ન નીકળતા અભયને થોડી નવાઈ લાગે છે. અભય હાથની ઘડિયારમાં જોવે છે .પ .૩૦ વાગ્યા ,છતાંપણ પાર્વતી ન દેખાઈ. એટલામાં સાહેબ ગેટથી બહાર આવે છે અને બોલે છે ;

સાહેબ : અભય !! તું અહીંયા ?? ...મને એમ કે તું આજે બસ સ્ટેન્ડ જઈશ , પણ તું તો અહીંયા છે કેમ ??" આશ્ચર્યના ભાવ સાથે અભયને પૂછે છે.

અભય : બસ સ્ટેન્ડ ? કેમ ??...

સાહેબ : કેમ ?..તું પૂછે કેમ ..મતલબ કે તું નથી જાણતો ?

અભય : શું નથી જાણતો ?

સાહેબ: આજે પાર્વતી !! આપણી શાળામાંથી હમેશા માટે જઈ રહી છે . પાર્વતી તો આજે બોપરના જ શાળામાંથી પેપેર વર્ક કરીને નીકળી ગઈ છે અને આજે સાંજના ૬.૧૫ વાગ્યે તેની બસ છે. શું તું નથી જાણતો ?

અભય: નહીં .!! પાર્વતીએ તો, મને કઈ પણ નથી કહીંયુ..

સાહેબ: મને તો આશ્રય થાય છે કે આ બાબત થી તું કેમ અજાણ છે ? હવે વધારે મોડું ન કરીશ . જા જલ્દી! બસ સ્ટેન્ડ જા !! . નહી તો ! તું ! છેલ્લીવાર પાર્વતીને મળવાનું ચુકી જઈશ." અભય આ સાંભળતા જ પૂર્ણ તાકાત લગાવી , શક્ય એટલી ઝડપથી સાયકલ ચલાવીને બસ સ્ટેન્ડ તરફ ગતિ કરવા લાગે છે. અભય ઝડપથી સાયકલ ચલાવીને બસ સ્ટેન્ડ પર પોંચે છે. પોતાની સાયકલને પાર્ક કરતા કરતા જ અભય પાર્કિંગ પ્લોટની તદ્દન સામે પાર્ક થયેલ બધી જ બસો જે તદ્દન સમાંતર છે તેમાં નઝર ફેરવી રહીયો છે . અભય ઝડપથી પાર્વતીને ગોતવા માટે આસપાસ જોવા લાગે છે. થોડી જ ક્ષણોમાં વરસવાનો વરસાદ ગર્જનના કરી રહીયો છે. સાંજનું અંધકાર અને

વરસાદના કાળા વાદળોનો અંધકાર અભયના મનની વેદનાને વધુ ઊંડી કરી રહિયા છે, એવું લાગી રહીયુ હતું જાણે બદલાયેલ વાતાવરણ અભયને સંકેત આપી રહિયા છે કે થોડા જ સમયમાં અભયના જીવનમાંથી પાર્વતી હંમેશને માટે જતી રેહવાની છે.

સાયકલ પાસે ઉભેલા અભયને બસમાં બેસેલ પાર્વતી જોઈ જાય છે અને ગંભીરતાથી જોવા લાગે છે. આસપાસ ઝડપથી નઝર ફેરવતા અભયનું ધ્યાન પાર્વતી પર પડે છે. પાર્વતી હાથ ઉંચો કરીને બસની નઝદીક આવવાની ના પડે છે અને બારીમાંથીફોન બતાવત ફોન દ્વારા જ વાત કરવાની મરજી દાર્શવે છે.

એટલામાં જ મુસળધાર વરસાદ ચાલુ થઈ જાય છે. હવે અભય પાર્કિંગના પતરા નીચે ઉભો રહીને વરસાદના કારણે ઝાંખી થઈ ગયેલ પાર્વતીને જોઈને પોતાની સ્મૃતિમાં પાર્વતીના ચહેરાને હમેશા માટે ઉતારવા મહેનત કરી રહિંયો છે કારણેકે અભયને નથી જાણતો કે ભવિષ્યનો કયો સમય, ક્યારે પાર્વતીને ફરી સામે લાવશે. વર્ષી રહેલા વરસાદમાં અભયનો ફોન રણકીયો....

અભય : પાર્વતી !! આ શું છે ? આ જ તારો પ્રેમ ? મને મને કહિયા વગર જ તું જઈ રહી છે ? શું એટલો નબળો છે આપનો પ્રેમ ?" ખુબ જ ગુસ્સામાં અભય મનમાં ઉછાળી રહેલા પ્રશ્નોને એક પછી એક પૂછવા લાગે છે. " તું મારી સાથે આવું કેવી રીતે કરી શકે ? શું તું મને પ્રેમ નથી કરતી ? કેમ જાય છે ? અને એ પણ મારાથી છુપાવીને ? શું કરવા ?? ..

પાર્વતી : "બસ !! ચૂપ થઈ જા .હવે મારે તારા સવાલો નથી સાંભળવા ." પાર્વતી પણ ખુબ ગુસ્સામાં બોલી પડી. અભય માટે પાર્વતીનું આ વર્તન આશ્ચયજનક હતું. પાર્વતીનું આવું વર્તન અભયને હૃદયને વધુ આઘાત આપી રહીયુ હતું.

મુસળધાર વરસાદમાં પણ પાર્વતીનો ચેહરો જે ગુસ્સાથી લાલ થઈ રહીયો હતો તેને હવે અભય બરાબર ન જોય શકતો હોવા છતાં પણ અનુભવી શકતો હતો...પાર્વતી આગળ બોલે છે ;

પાર્વતી : શું કરવા મને કહિયા વગર જાય છે. એટલે શું ?

અભય : હું સમજી ગયો. તું પણે એવી જ પ્રેમિકા બનવા માંગે છે જે પોતાના પ્રેમીને કઈ પણ જવાબ અપીયા વગર છોડીને જતી રહે છે. જ્યાં સુધી સંબંધમાં આનંદ આવે ત્યાં સુધી રહો અને પછી મન ભરાય જાય એટલે તું કોણ? અને હું કોણ ? સાચું ને ?

પાર્વતી : બસ !!....તું ઘણું બોલી ચુકીયો છે, હવે હું મારા ચારિત્ર વિશે એક શબ્દ પણ નથી સાંભળવા માંગતી. તું શું આપણા લગ્નના સપના જોવે છે? અભય !! જીવન પ્રેમથી નહીં રૂપિયાથી ચાલે છે ." એટલું બોલીને પાર્વતી ચૂપ

થઈ જાય છે .

આ સંભાળીને અભયનું ગૂંચવાયેલું રડતું હૃદય, આંખોમાંથી અશ્રુ રૂપે છલકાય જાય છે , એક મીનીટના મૌનને અંતે ભારે અવાજે અભય બોલે છે;

અભય : હમ્મ..હવે હું બધુ જ સમજી ગયો . તારા માટે આપનો સંબંધ કે પ્રેમ કરતા રૂપિયા વધારે મહત્વના છે. મને દુઃખ થાય છે કે તે આપણા પ્રેમને ભૌતિક સુખ સાથે સરખાવીને તુચ્છ બનાવી દીધો . અરે ! આજે મારી પાસે કામ નથી એનો મતલબ એવો થોડો છે કે આવનારા સમયમાં પણ મારી કોઈ પાસે કામ નહીં હોય ? પણ તને નહીં સમજાય કારણકે તું મતલબી સ્ત્રી છે. હું જે પાર્વતીને જાણતો હતો એ તો તું છે જ નહીં. અને જો આ એ જ પાર્વતી હોય તો હું આ પાર્વતીને ભૂલી જવાનું વધુ પસંદ કરીશ. તે આપણું તો છોડ મારી માં !!... મારી માં વિશે પણ ન વિચાર્યું. માં ને પણ તું પસંદ છે. કેટલા પ્રેમથી મારી માં એ તને અનેક વાર પોતાની દીકરી સમજીને તને જમાડી હશે. તું માં ને પણ મળ્યા વગર જતી રહી ??

પાર્વતી : બસ !! બસ ..હવે મારે તારું ભાષણ નથી સાંભળવું. " કહીને ફોન કટ કરી નાખે છે. આ જોઈને અભય હવે વધુ ગુસ્સે ભરાય છે અને પાર્વતીને ફરી ફોન કરે છે . પાર્વતી ફોન ઉપાડે છે અને ફોન ઉપાડતા જ બોલે છે ;

પાર્વતી : મારી વાતો વ્યવહારિક છે અને તારો પ્રેમ ફિલ્મી . તું જ કહે ! શું તું મને શું ખવડાવીશ ? પ્રેમ ?? ..બોલ ..નહીંને ...અભય !! રોટલી માટે રૂપિયા કમાવવા પડે માત્ર સાયકલ ફેરવવીને આપણે માત્ર ફરવા જય શકીયે , પહાડો પર બેસીને કુદરતી દ્રશ્યો નિહાળી શકીએ પણ આપણું વ્યવાહિક જીવન ચાલુ ન કરી શકીએ. આ વાત તને નહીં સમજાય એટલે જ તને કઈપણ કહિયા વગર જ તારા જીવનમાંથી જતું રહેવું મેં પસંદ કરિયું. કારણકે તું તારા જીવનમાં ક્યારેય ગંભીર બનિયો જ નથી, તું ગમ્ભીરતાથી કોઈ વાતને લેતો જ નથી અને એ જ તો તારી સમસ્યા છે.

થોડો સમય બને ચૂપ બને છે અને માત્ર એક બીજાને જોયા કરે છે. વરસાદના પાણીની વર્ષાંની પારદર્શક દિવાલ અને પાણીના બિંદુઓનો જમીન પર અથડાવવાથી આવતો અવ્વાજ બંને પ્રેમીની ચુપ્પીને ઊંડી બનાવી રહી હતી.

અભય : મતલબ કે...... " એટલું બોલીને દુઃખી મનના કારણે અચકાય છે અને આગળ ખુદના કંઠને બોલવા માટે દબાવ આપતા આગળ બોલે છે ." મતલબ કે , જો હું અમીર વ્યક્તિ ! હોત તો તું મને છોડીને આજ ન જતી હોત ..સાચું ??

પાર્વતી : થોડું વિચારીને ; " કદાચ તને આ સાંભળીને દુઃખ થશે , પણ આ જ વાસ્તવિકતા છે ; " હા !! હા ..તો હું તારી પાસે રુકી જાત અને તારી સાથે લગ્ન

પણ કરત.

અભય : જો એવું હોય તો હું તને આજથી પ્રેમ નથી કરતો. કારણ કે આ પ્રેમ નથી. કારણ કે તને મારી પાસેથી પ્રેમની નહીં પણ મારી પાસેથી સુખ સુવિધાની અપેક્ષા છે. આ જ સમયથી તું મારા માટે મરી ચુકી છે. હવે હું તારો ચેહરો પણ નથી જોવા માંગતો. " કહીને અભય !! પાર્વતી સાથેનો સંબંધને અને ફોન કોલને હમેશા માટે કાપી નાખે છે.

અભય !! પાર્વતીની બસને પીઠ બતાવીને ઉભો રહે છે.

બસ ડ્રાઈવર બસને ચાલુ કરીને હોર્ન વગાડતા બસસ્ટેન્ડથી નીકળી જવાની તૈયારી બતાવે છે અને બસ કન્ડક્ટર જોરથી દરવાજો બંધ કરતા, બંધ થતા દરવાજાનો આવાજ અભયની આંખો માટે વિરહની વેદનાને ચરમસીમા સુધી લઈ જવાનું કામ કરે છે. હવે અભયની આંખો નાની ધાર માંથી નદીનું રૂપ લઈને છલકાવા લાગે છે. બસ સ્ટેન્ડથી દૂર જતી બસનો અવાજ મંદ થવા લાગે છે અને બધુ જ શાંત થઈ જાય છે. નાના ગામના નાના બસ સ્ટેન્ડ પરથી છેલ્લી એક માત્ર બસ તેના નિર્ધારતી સમયે નીકળી ગઈ છે પરંતુ અભયના ભાગ્યના આ નિર્ધારિત સમયમાં એ બસ અભયને અંદરથી તોડીને ઉપડી છે.

અભય (મનમાં) : હમ્મ..!..હમ..!! મારી જ ભૂલ છે. મારે શરુવાત થી જ ધ્યાન રાખવાની જરુર હતી. પાર્વતી સાથે ભાવનાત્મક રીતે એટલા ઊંડા ભાવથી જોડાવવાની જરૂરત જ ન હતી. જે સ્ત્રી માટે પ્રેમને બદલે ભૌતિક સુખ સુવિધા વધુ મહત્વ રાખતી હોય તે સ્ત્રી માટે મારે દુઃખી ન જ થવું જોઈએ.

અભય પેહલા તો પાર્વતી નામ આપેલ સાયકલને હમેશા માટે સ્ટેશન ઉપર જ છોડીને જતો રહેવાનું પસંદ કરે છે અને વરસાદમાં ભીંજતા જ નીકળી પડે છે .પણ થોડા ડગલાં ચાલીને રુકી જાય છે. એટલા પ્રેમના મોટા વિશ્વાસઘાત બાદ પણ અભયનો પાર્વતી માટેનો ઊંડો પ્રેમ અભયને પાર્વતી (સાયકલ) ને એકલી મૂકીને જવા માટે માનતું નથી એટલે પાછો ફરે છે અને પાર્વતીને સાથે લય જવા સાયકલને સ્ટેન્ડમાંથી બહાર નીકાળતા ગુસ્સામાં બોલી પડે છે ; " હું !! પાર્વતી જેવો સ્વાર્થી નથી "

7

ભારી અને તૂટેલા હૃદય સાથે અભય ,પાર્વતીએ કહેલી કડવી વાતોને મનમાં વાગોળતા વાગોળતા સાયકલને ઘર તરફ દોરવીને જઈ રહીયો છે. તૂટેલું-ભારી અભયનું મન ખોટી દિશામાં વિચારવાનું ચાલુ કરી દે છે આજે પેહલીવાર અભયને લાગી રહીયુ છે કે જીવનમાં ,રૂપિયાને પૈસો જ બધુ જ છે.અભયની બુદ્ધિ એમ માનવ લાગી છે કે જે ધનવાન છે એ જ વ્યક્તિ આ કળિયુગમાં સુખિ છે. સુખી અને સંપન્ન જીવન જીવવા માટે પૈસા જ જરૂરી છે તેવું માની બેસે છે અને ખોટી ધારણાને વિકસાવવા લાગે છે.

ખોટી સમજ હોવા છતાં પણ એ અભયને વિકાસ કરવામાં મદદ રૂપ બને છે. હવે અભય માટે ધનવાન બનવું અને નામ બનાવવું જ એકમાત્ર લક્ષ્ય બની ગયું છે.

ઘરે પહોંચેલો અભય તેની માતાની આંખોમાં જોવે છે. દુઃખી અને અશ્રુથી ભરાયેલી આંખોને જોતા જ અભયની ,માં બધું જ સમજી જાય છે અને અભયને ગળે લગાવી લે છે. અને બોલે છે; " શું થયું બેટા?? શું પાર્વતી જતી રહી??" હવે અભય ધ્રુસકે ધ્રુસકે રડી પડે છે . બહાર વર્ષી રહેલ વરસાદ વેગ પકડે છે અને વીજળીના કડાકા સાથે પ્રકાશ ઝબૂકવા લાગે છે.

જયારે જયારે અભય ખુબ દૂખી થતો ત્યરે માતાના ખોળામાં નાનું બાળક બનીને સુઈ જતો અને રડતા-રડતા પોતાની વેદનાને વ્યક્ત કરતો. માં તેના માથા પર હાથથી પંપાળતા-પંપાળતા અભયને શાંત કરવાના પ્રયાસમાં લાગી જતી..આ જે પણ અભય માં ના ખોળામાં સુઈ ગયો છે અને માંની મમતાની હૂંફથી પોતાના દુઃખને ઠાકવાનો પ્રયાસ કરી રહૈયો છે.

અભયઃ માં !! પાર્વતી તો ઘણી સ્વાર્થી નીકળી. એ મને હંમેશા માટે છોડીને જતી રહી.

માં : કદાચ !! આ જ કિસ્મતની મરજી છે બેટા !! સમયની સામે બધ્ધાજ પાંગળા છે. સમય , સંજોગ અને નિયતિની સામે કોઈનું જોર ચાલતું નથી. બની શકે કે પાર્વતીની કોઈ મજબુરી હોય . મારી વાત માની લે મનમાં પાર્વતી માટે

કોઈ દ્વેષભાવ ન રાખીશ " કહીને વહાલથી અભયના માથા પર હાથ ફેરવે છે.

અભયને માં ની વાતો સાંભળીને ,માં પાર્વતી વિષયમાં કશુક જાણતી હોવાની શંકા જાય છે જેનાથી અભય અજાણ હોય આથી અભય રડતા અવાજે પૂછે છે ; " પાર્વતીએ માં તારાથી કોઈ વાત કરેલી છે ? જેનાથી હું અજાણ હોવ?? અભય નો સવાલ સાંભળીને માં થોડો સમય ચૂપ રહે છે ત્યારબાદ બોલે છે ; " ના !! બેટા ..કોઈ એવી વાત નથી કહેલી જેનાથી તું અજાણ હોય કે ભવિષ્યમાંઅજાણ હોઈશ." માતા એ બોલેલી આ રહસ્યમય શૈલીની વાત અભય સમજી શકતો નથી અને ઓછું ધ્યાન આપતા દુઃખમાં સરી પડે છે અને એક નાના બાળક બનીને માં ના ખોળા માં જ ઊંઘી જાય છે.

8

અભય ઘર પોહોચતા જ અભયની પાર્વતી માટેની નફરત એ હદે પોચી જાય છે કે અભય મનોમન પ્રણ લઈ લે છે કે ; " આજ પછી આ સાયકલને કોઈ દિવસ ઉપયોગમાં નહીં લે. જે સાયકલમાં પાર્વતીની યાદ ભળેલી છે એ સાયકલને અભય હવે સ્પર્શ પણ પસંદ નથી કરવા માંગતો. એક લાંબી સાંકળ વડે અભય-પાર્વતીની યાદોને અને પાર્વતીને (સાયકલને) ઘરની બહાર એક થાભલા સાથે હમેશા માટે બાંધી દેવાનું પસંદ કરે છે.

થોડા દિવસ બાદ અભય જૂની સાયકલ વહેચાતી હોય તેવા સ્ટોરમાંથી એક જૂની સાયકલ લઈને આવે છે અને પરિવહન માટે ઉપયોગ કરવા લાગે છે. આવતા જતા અભય ઘરની બહાર થાંભલા સાથે બાંધેલ પાર્વતીને (સાયકલને) જોતા જાણે પાર્વતીને છોડીને જતી રહેવા માટે સજા આપી રહીયો હોય તેવો અનુભવ કરીને આત્મા સંતોષ મળેવવાનો પ્રયાસ કરે છે પરંતુ હંમેશા નિષ્ફળ જાય છે.

એકદિવસ ઘરની શેરીની બહાર નીકળતા , ભંગારનો ધંધો કરનારા વ્યક્તિને રોકે છે અને પાર્વતી સાયકલને ભંગારમાં આપી દેવાનો પ્રયાસ પણ કરે છે. પરંતુ થાંભલા સાથે બાંધેલી ચેન ખોલી , સાયકલને ભંગારની લારીમાં મુકતા અભયના હાથ કાપી જાય છે અને અંતે અભય સાયકલને ભંગારમાં આપવાની ના પાડે છે . એ દિવસે મનોમન અભયને હૃદયના કોઈ ખૂણામાંએ વાતનો અનુભવ તો થય જ જાય છે કે, આજે પણ અભયના હૃદયમાં પાર્વતી માટે પ્રેમ વધુ અને નફરત ઓછી છે. સાથોસાથ અભયને એ પણ સમજાય છે કે, આ પાર્વતી નામનું દુઃખ એ તો આજીવનભરનું દુઃખ બનવાનું છે.

9

અમીર બનવું જ એક માત્ર લક્ષ્ય હોવાથી અભય થોડા રૂપિયા સાહેબ પાસેથી તો થોડા રૂપિયા અન્ય સબંધીઓ પાસેથી એકઠા કરીને એક નાનું પૂઠા-પેકેજીંગને લગતું કારખાનું ચાલુ કરે છે. સમય પસાર થવા લાગે છે અને અનેક નિષફળતાને સફળતાનાં ચક્રોમાં પસાર થયાને અંતે અભય ખુબ મોટી પેકેજીંગ ઇન્ડ્રસ્ટ્રીનો માલીક બની જાય છે. સમયની સાથે રિસાયકલિંગ પ્રોડક્ટની અલગ અલગ ઇન્ડ્રસ્ટ્રીનો માલીક બની જાય છે. સમય જવા લાગ્યો. અભયએ ધીરે ધીરે કરીને પોતાના વ્યાપાર મોટો કરીયો અને ખુબ અમીર અને સન્માનીય વ્યાપારી બની જાય છે.દિવસેને દિવસે અભયની અમીરી વધતી જાય છે એની સફળતા મેળવવાની ભૂખ કે જે પાર્વતીના કારણે જન્મી હતી એ અનેક સફળતા મેળવીયા પછી પણ સંતતોષાતી નથી.

પાર્વતી માટે મનમાં રાખેલ ગુસ્સો અભયને ખુબજ ચિડચિડો અને અશાંત વ્યક્તિ બનાવી દે છે. અભયની દેખરેખ અંતર્ગત ૨૦૦ જેટલા મુખ્ય લોકો કામ કરી રહિયા છે પણ અભયના સ્વભાવને કારણે કોઈ પણ વ્યક્તિ અભયનું અંગત મિત્ર નથી. સહકર્મીઓ અભય સાથે માત્ર વ્યવસાહીક સબંધ રાખવો જ પસંદ કરે છે.

અભયે જયારે પોતાની કારકિર્દીની સરુવાત કરી તે સમયે અભય એવું માની રહીયો હોય છે કે ,સમયની સાથે અભય પાર્વતીને ભૂલી જશે અને પાર્વતી પ્રત્યે નફરતની માત્રા પણ ઓછી થઈ જશે.. પરંતુ તેવું બનતું નથી પણ તેની વિપરીત સમયની સાથે અભયની પાર્વતી પ્રત્યેની નારાજગી વધતી જ જાય છે. આની અસર સ્વરૂપે અભયના સ્વભાવમાં આવેલા પરિવર્તનના કારણે હમેશા એકલો રહી જાય છે અને એકાંત જીવન જીવવા લાગે છે. અભય એક મશીનની જેમ ઓફિસે થી ઘરે અને ઘરે થી ઓફિસેના ચક્રમાં જ ખુમવા લાગે છે.

જીવનને જીવવાનો ઉત્સાહ ઉડતો જોઈને અભયની માં અભયને ચિત્રાંગના સાથે અરેન્જ મેરેજ કરી લેવાની સલાહ આપે છે. ચિત્તરાંગનાને ચીડાયેલા સ્વભાવ વાળા અભયની અંદર છુપાયેલા આનંદમય સ્વભાવના અભયને જાણી

જતા અનેકવાર અભયને પોતાની સાથે લગ્ન કરી લેવા માનવે છે. અંતે અભય અને ચિત્રાંગના લગ્ન ગ્રંથીએ બંધાય જાય છે.

જીવનસાથી તરીકેની ચિત્રાંગના ઉત્કૃષ્ટ ભૂમિકા અભયના સ્વભવમાં સારો એવો પરિવર્તન લાવે છે છતાં પણ પાર્વતી પ્રત્યેની નફરત અને સવાલો નું નિરાકરણ હજી બાકી જ રહે છે.

10

વર્તમાન :

ચીમનભાઈ : "સોરી ! તમને આ બધું યાદ અપાવવા માટે . હું તમને માત્ર સાંત્વના જ આપી શકું . કાશ હું તમારી કોઈ મદદ કરી શકત. તમારી કોઈ મદદ કરી ન શકતો હોવાથી હું દિલગીર અનુભવું છુ" કહીને અભયના ખમ્ભા પર હાથ મૂકે છે અને સાંત્વના આપે છે.

અભય : અરે ! ચીમનભાઈ હું ઠીક છુ. ઇટ્સ ઓક ...

ચીમનભાઈ : "ઓકે. તો હું આ બને સાયકલ રાખીશ તો જે બાબાગાડી તમારા બાળક માટે તમારે જોઈએ છે તેમાં ૨૦૦૦ રૂપિયા ઓછા કરીને આપીશ." જયારે ચિમનભાઈ આ વાત કહી રહિયા હતા ત્યારે જે રીતે અભય સાયકલ સામે જોય રહીયો હતો તે જોઈને ચીમનભાઈ સમજી જાય છે કે અભયની લાગણીઓને સાયકલ વહેચાનો વિચાર પસંદ નથી. આથી ચીમનભાઈ અભયને કહે છે ;

ચીમનભાઈ : અભય !! તો શું તમારે આ સાયકલ વહેંચવી છે ??" કહીને થોડું હસે છે અને આગળ બોલે છે ; " મને તો એવું નથી લાગી રહીયુ કે,તમે સાયકલ વેહેંચાવના મૂડ માં છો. શું કરવા ખુદની લાગણીને ઠેશ પોહચાડો છો !! એક કામ કરો , સાયકલ વેહેંચાવાનો વિચાર માંડી વાળો. હું ચિત્રાંગનાને સમજાવીશ. અને મને આશા છે કે એ સમજશે.

અભય : હા !!..ચીમનભાઈ !! આ બને સાયકલને હું નહીં વહેંચી શકુ" અભય નિર્ણય બદલીને સાયકલ કારમાં ભરીને ઘર તરફ નીકળી જાય છે.

આ દરમિયાન ચીમનભાઈ ચિત્રાંગનાને ફોન કરીને સમજાવે છે ;

ચિત્રાંગના: હા , ચીમનભાઈ !! બોલો ! શું અભયે સાયકલ વહેંચી ?

ચીમનભાઈ :ના !! ચિત્રાંગના તારે અભયને સાયકલ વહેચવા માટે ફોર્સ ન કરવો જોઈએ. તારે તેની ભાવનાને સમજવી જોઈએ. એ સાયકલ સાથે અભયની આટલી ઊંડી ભાવનાઓ જોડ્યાયેલી છે એ તો મને આજે જ ખબર પડી. તું જરા સમજવાનો પ્રયાસ કર. એ બન્ને સાયકલને અભય પાસે જ રહેવા દે.

ચિત્રાંગના: તમને શું લાગે છે કે હું નહીં જાણતી હોય કે , “અભય આ સાયકલ ને કયારેય વહેંચશે જ નહીં ?”જાણું જ છુ. આ તો માત્ર વર્ષે-વર્ષે ચેક કરતી હોવ છુ કે અભય હવે પાર્વતીને ભૂલી રહીયો છે કે નહીં. બસ એટલા માટે જ ." કહીને ચિત્રાંગના થોડું હસે છે.

ચીમનભાઈ : ઓહ !! પરોક્ષ રીતે અભયની ભાવનાની તાપસ કરે છે તું?" કહીને હસવા લાગે છે.

ચિત્રાંગના : હા !! ...હાહા ...

11

સમય જવા લાગે છે અને હવે અભયની માતા વયોવૃદ્ધ બની છે. જયારે અભય માં જાણી જાય છે કે હવે બસ થોડા જ કલાકોનો સમય આ મ્ત્યુલોકમાં વધેલા છે ત્યારે પથારીવશ અભયની માં અભયને પાસે બોલાવે છે અને તૂટેલા ને બળપૂર્વક મુશ્કેલીથી બોલી શકાતા આવજે કહે છે ;

માં: અભય !! હું મારી સાથે એક રહસ્યને પરલોક લઈને નથી જવા માંગતી એટલે હું તને એ રહસ્ય કે જે તારાથી મેં છુપાવેલ છે એ જણાવવા માંગુ છુ. શું તને તારી નાનપણની બાબાગાડી યાદ છે?

અભય: માં !! અત્યરે આ બધી વાતો મહત્વની છે જ નહીં!!. તમે આરામ કરો !. કસુ ના બોલો.

માં: ના !!..ના..આ સૌથી વધુ મહત્વનું છે!!

જે દિવસે તું પાર્વતીને આપણા ઘરે જમવાને મારી સાથે મુલાકાત માટે લઈને આવેલ હતો તે દિવસે પાર્વતીએ ઘરેથી જતી વખતે એક વાત મારા કાનમાં કહી હતી. તને યાદ છ ? .

અભય: હા. યાદ છે . મેં તમને પૂછેલું પણ તમે મને કઈ ખાસ વાત નથી , આ મારી અને પાર્વતી વચ્ચેની સામાન્ય વાત છે તેમ કહીને તમે મને જણાવવાનું અવગણેલું. હા..મને એ આજે પણ યાદ છે . તો શું ?..મતલબ શું ? તમે કહેવા માંગો છો ???...

માં : હા એ જ વાત . પાર્વતી એ કહેલી એ વાત કોઈ સામાન્ય વાત ન હતી. પાર્વતીએ મને કહેલું કે;

(માં ભૂતકાળને યાદ કરતા ઘટના જણાવે છે)

" માં ! હું એજ અભયની બાબાગાડીમાં રહેલ લોખંડ છુ. એક શ્રાપ કહો કે મારા કર્મોનું પરિણામ ના કારણે જ મને બીજા જન્મમાં અચેતન લોખંડનું જડરૂપ મળિયું. અભયના નિખાલશ અને શુદ્ધ પ્રેમેની તીવ્રતાએ જ મારામાં છુપાયેલી ચેતનાને ફરી જાગૃત કરી છે. જે એક અસામાન્ય ઘટના છે . હવે એ શુદ્ધ પ્રેમની તીવ્રતાની અવધિ સમાપ્ત થવા આવી છે આથી હવે બસ ૩ દિવસ પછી હું ફરી

અવચેતન રૂપ (લોખંડ) માં પરિવર્તીત પામીશ.

સદીઓ પેહલા જે કર્મનાના કારણે અચેતન બની તેમાંથી મુક્ત કરવામાં સક્ષમ અભયના પ્રેમથી હું ખુબ પ્રભાવિત હતી તેથી હું મારા પ્રેમી સાથે થોડો સમય પ્રેમિકા બનીને વિતાવવા માંગતી હતી આથી જ હું અભયના જીવનમાં પ્રવેશી.

જો ઈશ્વરની ઈચ્છા હશે તો હું ફરી શ્રાપથી મુક્ત બનીસ. નહીં તો આજીવન લોંખડરૂપી અચેતન રૂપમાં જ રહીશ , જ્યાં સુધી મારુ કર્મ નહિ કપાય. કર્મ કાપવાની પ્રક્રિયા કદાચ સદીઓ સુધી ચાલસે. "

વર્તમાન :

અભય : આ વાત સાંભળીને અભયની આંખો મોટી બને છે અને આશ્ચર્ય સાથે બોલી છે ; " શું ??..પાર્વતી એ મારી નાનપણની સાયકલ (બાબાગાડી) ?? માં શું બોલો છો તમે ???..

માં : મને પણ આ વાત ખુબ અજીબ લાગી એટલે જ મેં તને ન કહી. હું ઇચ્છતી ન હતી કે તું આ તત્વ જ્ઞાનના પ્રશ્નોમાં ગુંચવાયને રહી જાય અને પાર્વતી પણ એ જ ઈચ્છા હતી એટલે જ અંતમાં પાર્વતી બોલી હતી કે ;

ભૂતકાળ :

પાર્વતી : હું ! નથી ઇચ્છતી કે અભય આ વાસ્તવિકતા ને જાણે અને ૩ દિવસ પછી બનનારી ઘટનાને કારણે દૃખી બને. આથી કૃપા કરીને આ વાતને આપણા વચ્ચે જ રહેવા દો. હું આ વાત તમને એટલે જાણવું છુ કારણકે પરોક્ષ રીતે તમેં જ મને મારી અચેતનાની સુસુપ્ત અવસ્થા માંથી મુક્ત કરી છે. કારણ કે તમેં જ અભય માટે મને સાયકલના રૂપમાં તમારા ઘરે લાવેલા. આથી હું તમારો આભાર માંગવા માંગતી હતી. ધન્યવાદ ...

વર્તમાન :

અભય : હવે હું સમજિયો આથી જ તમે મને કહેલું કે ; " પાર્વતી માટે કોઈ દ્વેષ ભાવ ન રાખીશ . બની શકે કે પાર્વતીની કોઈ મજબૂરી હોય."

માં : હા ..!! બેટા...!! છતાં પણ તું પાર્વતી માટે નફરત રાખી રહીયો છે એ હું જાણું છુ આ કારણથી પણ તને આ વાસ્તવિકતા જણાવવી મને જરૂરી લાગી. હવે તો પાર્વતી ને માફ કરીશ ને ?

અભય : હા !!..માં...

માં: મેં આ વાત તારાથી છુપાવી આથી તું મારાથી નારાજ તો નથીને ?" માં ના આ શબ્દો સાંભળીને અભય મનમાં વિચારે છે ;" ખરેખર કોઈ એ સાચું જ કહેલું છે કે " માં તે માં " ..કારણકે અંતિમ શ્વાસે પણ પોતના સંતાનની ભાવનાની કાળજી લે તેવી તાકાત માત્ર માતૃપ્રેમમાં જ હોય છે.

અભય : રડતી આંખ અને થથળતાં આવજે માં નો હાથ પકડીને બોલે છે ; " ના ..માં ..!!.

માં ! નારાજગીનો તો કોઈ સવાલ જ નથી. અત્યંત ગરીબીમા પણ તે જે રીતે પ્રેમ અને લાગણીથી મને ઉછેર્યો એ હું જાણું છુ. તે હમેશા તારા દુઃખને છુપાવિયા છે . મને શક્ય એટલી સુખ સુવિધા આપવા માટે તે અનેક દુખ અને દદી વેઠિયા છે એ મને આજ પણ યાદ છે. જો હું તારી જગ્યા એ હોત અને તું મારી જગ્યાએ તો હું કદાચ તને ગરીબીના કારણે તરછોડી દેત. પણ તે એવું નથી કર્યું. મારાથી કોઈ જાણતા અજાણતા ભૂલો થઈ હોય તો મને માફ કર જે.

થોડા સમયબાદ અભયની મા અંતિમ શ્વાશ લે છે અને મૃત્યુલોકમાંથી મુક્ત બને છે.

12

રાત્રિનો સમય છે ,અંતિમ ક્રિયાને અંતે બધું જ શાંત થઈ ગયું છે. અભય એકાન્તમાં, અંધાકર ભરી રાતમાં અગાશી પર બેસીને પોતાની વહાલસોઈ માં ને યાદ કરી રહેલો છે. બાળપણ થી લઈને વર્તમાનના સમય સુધીમાં વિત્તવેલા બધાજ સારા ખરાબ દિવસોને યાદ કરી રહીયો છે.

આજે માં એ ખોલેલું રહસ્ય અભયને યાદ આવતા અભય બાબાગાડી ઘરમાં કેવી રીતે આવી એ યાદ કરે છે ;

ભૂતકાળ :

માં : જો અભય !! આજે દિવાળી છે. આપણે હંમેશની જેમ આજે પણ સાહેબના ઘરે શુભકામના પાઠવવા જવાનું છે. સાહેબના ઘરે મારે તારું કોઈ તોફાન ન જોઈએ. સમ્માજીયો ?

અભય : હા !! પણ મને મીઠાઈ ખાવા મળશે?

માં : "હા !!" કહીને માં વહાલથી ગાલ પર થાબળી મારે છે.

સાહેબ : આવો, જમનાબેન ! આવો !! .દિવાળીની તમને ખુબ ખુબ શુભકામના !! ....

માં : અભય ! સાહેબના ચરણ સ્પર્શ કરને આશીર્વાદ લે. " અભય માં ના શબ્દોનું અનુકરણ કરે છે.

સાહેબ, અભય સામે મીઠાઈનો ડબ્બો ખોલીને અભય સામે રાખે છે અને કહે છે ;

સાહેબ : બેટા ! બધી જ તારી છે. લઈ લે . આખો ડબો તારો જ છે " આખો ડબ્બો મળી જતા અભયનું નિખાલશ હાસ્ય છલકી ઉઠે છે.

થોડી વાર બાદ અભયનું ધ્યાન ફળિયામાં નવી બાબા ગાડી ઉપર પડે છે જેને સાહેબનો ૬ વર્ષીય છોકરો, નિશાંત ચલાવી રહીયો હોય છે . અભય ! નિશાંત સાથે બાબા ગાડી ચલાવવા માટે ઝગડી પડે છે. બન્ને છોકરાઓ એકબીજા સાથે હાથપગ મારવા લાગે છે આ જોઈને માં અને સાહેબના પત્ની ફળિયા તરફ દોડી આવે છે.

માં : 'અભય !! ..' કહીને જોરથી ખીજાય પડે છે અને ગુસ્સામાં હળવેકથી થપ્પડ મારી બેસે છે. હવે અભય ધ્રુસકે ધ્રુસકે રડવા લાગે છે.

સાહેબ : અરે બેન !! શું કરો છો ? આ તો છોકરાઓનો સહજ સ્વભાવ છે. એમાં આ રીતે બાળકને મરાય ?

માં : સાહેબ ! તમે અભયનો પક્ષ ન લો. તમને નથી ખબર આ અભય આજકાલ ખુબ તોફાન કરે છે.

અભય : રડતા -રડતા અભય બોલે છે ; " જેવી બાબાગાડી નિશાંત પાસે છે ! તેવી મારી પાસે કેમ નથી ??

આ સાંભળીને બધા શાંત થઈ જાય છે . આગળ બોલે છે ; "મારે પણ સાયકલ ચલાવવી છે ! મારે પણ જોઈએ છે."

આ સવાલ ,માં અને સાહેબ બંનેને ગરીબી જ અભયની બાબાગાડીની આડે આવે છે તેનો અનુભવ કરાવે છે.

બે દિવસ પછી;

રવિવારનો દિવસ છે અને સવારના ૧૦ વાગ્યા છે . સાહેબ ન્યૂઝ પેપર વાંચી રહિયા છે. અભયના માં ઘરકામ માટે નિત્ય સમય અનુસાર સાહેબના ઘરે આવે છે.

સાહેબ : જમના બેન ! કાલે અભયનો જન્મ દિવસ છે. તમે કઈ ગિફ્ટ વિષે વિચાર્યું છે ?

જમનાબેન : ના સાહેબ...!! .માત્ર ચોકલેટ આપીશ. અભય ચોકલેટ જોઈને પણ ખુબ ખુશ થઈ જાય છે.

સાહેબ સમાચારપત્રને બાજુમાં મૂકે છે અને પત્નીને પાકીટમાંથી પાંચ હજાર રૂપિયા કાઢીને જમના બેનને આપવાનું કહે છે.

જમના બેન : આ રૂપિયા !! ..કેમ.. ??

સાહેબ : જમનાબેન બે દિવસ પેહલા નાના બાળકને રડતા જોઈને મને એમ થઈ રહીયુ છે કે હું એની બાબાગાડીના સ્વપ્નને પૂરું કરવામાં મદદ કરું. તમે આ રૂપિયાથી અભય માટે તેના જન્મદિવસમાં એક બાબા ગાડી લો.

જમનાબેન : ના !! ના..ના !! સાહેબ ! એવું ન હોય. એ તો નાનો બાળક છે,એ તો રોજ નવી જીદ કરતો રહે. કોઈ જરૂર નથી.

સાહેબ : ના બેન ! રાખો . જરૂર છે આજે બાબાગાડી નહીં ચલાવે તો કયારે ચલાવશે? આ રૂપિયા રાખો. અચ્છા એક કામ કરીએ , આ પાંચ હાજર રૂપિયા માંથી ૨૫૦૦ રૂપિયા તમારા પગારમાંથી ધીમે ધીમે કાપી લેશુ અને વધેલા ૨૫૦૦ રૂપિયાની અભયને જન્મદિવસ નિમિતે અમારા તરફથી ભેટ સમજીને રાખીલો.

જમનાબેન : ઠીક છે , સાહેબ !!

જમનાબેન અભય માટે ખુબ જ સુન્દર પર્પલ રંગની એક બાબાગાડી લઈને આવે છે.

જમાનાબેન : દિકુડા !! એ દિકુડા !! જો તારા માટે શું લાવી છુ ? " બાબાગાડીને નાના ફળિયામાં મૂકીને માં પોતાના બાળકને ફળિયામાંથી જ ઘરમાં રમી રહેલા બાળકને સાદ પાડે છે. નાના-નાના પગલાં પાડતો અભય બાબાગાડી જોઈ, દોડની ઝડપ વધારતા અને ખડખડાટ ચીસકારી પાડતો દોડીને બાબા ગાડીમાં બેસી જાય છે. બાબાગાડીમાં બેસતાની સાથે જ જાણે અભયને સ્વર્ગ મળી ગયું હોય એમ ખડખડાટ હસવા લાગે છે. ફળિયામાં ક્યારેક આગળ તો કયારેક પગને જમીન સાથે અડકાવીને પાછળ ફેરવીને રમવા લાગે છે.

દિવસો જવા લાગે છે . અભય મોટાભાગનો સમય બાબા ગાડી ચલાવવામાં જ નીકળ તો હોય છે. જમનાબેન નોંધે છે કે અન્ય નવું રમકડું પણ અભયને બાબાગાડી માંથી નીચે ઉતારવામાં સક્ષમ નથી ,એ હદે અભયને બાબા ગાડી થી લગાવ થવા લાગ્યો છે.

જમનાબેન ઘણીવાર અભય તેના નાના હાથથી બાબાગાડીને પંપાળતા અને વાતો કરતા પણ નોંધે છે જે થોડું જમનાબેન નવીન તો લાગે છે પરંતુ જમનાબેન તેને નાના બાળનું બાળપણ સમજે છે.

સમય નીકળતો જાય છે અને હવે અભયની ઉમર વધવાના કારણે અભય સીટમાં ફિટ ન બેસતા ,બાબાગાડીમાં બેસવા સક્ષમ રહેતો નથી . છતાં પણ અભય બાબાગાડીની બાજુમાં જયને બેસી જતો અને વ્હાલ કર્યા કરતો.

હવે આ જોઈને જમનાબેન, બાબાગાડીને જે સમયે અભય શાળાએ ગયો હોય છે તે દિવસે ભંગારમાં આપી દે છે. અભય શાળામાંથી પાછો આવે છે અને ફળિયામાં બાબાગાડીને ન જોતા ખુબ તોફાને ચડે છે અને બાબાગાડીન યાદમાં દુઃખી થઈને ભૂખો જ સુઈ જાય છે.

ભંગાર બનેલી બાબાગાડીમાંથી ભંગાર રૂપે તેના દરેક ભાગોને અલગ કરી દેવામાં આવે છે જેમકે ટાયર , લોખડં વગેરે. લોંખડ અંતે ફરતું રખડતું એક નિર્જન સ્થાનમાં એક ટ્રકમાં રહેલ ઢગલામાંથી સરકતા નીચે પડીને પટકાય છે . . આ જડ નિર્જીવ લોંખડમાં જે સુસુપ્ત અવસ્થામાં રહેલ ચેતના (પાર્વતી), જે શ્રાપથી બંધાયેલી હતી એ શ્રાપની તીવતા , અભયના નિસ્વાર્થ અને પવિત્ર પ્રેમ સામે નબળી પડી ગઈ હોય છે આથી ચેતના જાગ્રત થવાની પ્રક્રિયા ચાલુ થઈ જાય છે, ૨૦ વર્ષના અંતે પાર્વતી પૂર્ણ ચેતન રૂપ મેળવે છે અને અભયના જીવનમાં પ્રવેશે છે.

13

વર્તમાન :

હવે અભય આગળ, ભૂતકાળ ને યાદ કરતા , પાર્વતી સાથે થયેલ એક વાર્તાલાપ નો દિવસ યાદ કરે છે.

ભૂતકાળ :

ગુલાબી બનેલ,વૃક્ષના નિવાસ સ્થાન તરફ ઉડતા પંખીઓથી ભરેલા આભ અને અસ્ત પામતા સૂર્ય-સૂર્ય કિરણોને નિહાળતી પાર્વતી એક ઊંડી ખાયને અડકેલા પહાડની ચોંટી પરના પથ્થર ઉપર બેસીને મલકાય રહી છે . એટલામાં અભય પણ પોહચી જાય છે.

પાર્વતી : તું ૧૦ મિનિટ મોડો પડ્યો છે.

અભય : હા . એ તો ઠીક છે . પણ તું ધ્યાન રાખ જે . તું જે રીતે ખાયની પાસે બેઠેલ છો તે ખુબ જ જોખમી છે.

પાર્વતી: ઈશ્વરે બનાવેલ આ સંસાર કેટલો વિચિત્ર અને રહસ્યમય છે. આપણને ખ્યાલ પણ નથી કે આપણે આપણા વીતેલા જન્મોમાં શું હતા . અંતકાળ સુધી ચાલતા આ સઁસારમાં અમરઆત્મા અનંત કાળ સુધી જન્મ અને મરણના ચક્રમાં ફર્યા કરે છે અને આપણા રંગ અને રૂપ બદલાય કરે છે.

પાર્વતી : અભય ! તને બોધ દર્શનનો પ્રતિત્યસમુત્પાદ સિદ્ધાંત વિશે માહિતઃ છે.

અભય : પ્રતિત્યસમુત્પાદ સિદ્ધાંત?

પાર્વતી : હા.

અભય : ના . હું નથી જાણતો.

પાર્વતી :બોધ દર્શનનો પ્રતિત્યસમુત્પાદ સિદ્ધાંત કહે છે કે ; " આ સંસારમાં કોઈ પણ ઘટના ,પ્રસંગ,ક્રિયા કે આપણું વર્તમાન અસ્તિત્વનું પણ હોવું કોઈ સંજોગ નથી. દરેક ઘટના પાછળ કોઈને કોઈ કારણ કામ કરી રહીયુ છે એટલે જ કાર્ય થાય છે. ટૂંકમાં કહું તો કારણ છે એટલે જ કાર્ય શક્ય બને છે.

અભય : જો એવું હોય તો આપણે મળ્યા એની પાછળ પણ કોઈને કોઈ કારણ હશે જ.

પાર્વતી : હા !! કેમ નહીં ? ચોક્કસ કોઈ કારણ કામ કરી રહીયુ હશે જ.

અભય તને ખબર છે માનવીય સૂક્ષ્મ શરીર અત્યંત રહસ્યમય છે. માનવીય શરીરમાં રહેલા સૂક્ષ્મ કેંદ્રો પર "સંયમ" કરવાથી સૂક્ષ્મ જગત સાથે સંપર્ક સાથી શકાય છે.

અભય : "સંયમ " ...? એ શું છે ?

પાર્વતી : ભગવાન પતંજલિએ ધારણા , ધ્યાન અને સમાધિને સમજાવ્યા બાદ સંયમને સમજાવેલ છે.

ધારણામાં લક્ષ્ય વિષય પ્રત્યે એકાગ્રતા મુખ્ય છે, ધારણા જ વિકસીને ધ્યાન અને ધ્યાન વિકસીને સમાધિ બને છે. જયારે સમાધિ અવસ્થામાં રહેલો યોગી કોઈ વિષય ઉપર ધારણા કરે છે ત્યારે સંયમ ની ઘટના બને છે. (ધારણા , ધ્યાન અને સમાધિ ત્રણેય એકજ સાથે થાય ત્યારે તેને " સંયમ " કહે છે

યોગી સમાધિ અવસ્થામાં નવી ચેતના પ્રાપ્ત કરે છે જે મનોમય ચેતના કરતા અનેક ઘણી બળવતી અને જ્ઞાનવાતી છે. આ ચેતનાને યોગિક ભાષામાં " ઋતંભરા ચેતના " કહે છે. ટૂકંમાં કહું તો સંયમ ની પ્રક્રિયા દ્વારા યોગી મનોમય ચેતનાને નહીં પરંતુ ઋતંભરા ચેતના ને પામે છે.

(ઋતંભરા ચેતના આધાર/ રેફરઅન્સ/ પ્રમાણ : યોગવિદ્યા- લેખક : ભાણદેવ)

મારી કહેલી આ “ઋતંભરા ચેતના” ની વાત યાદ રાખ જે . ભવિષ્યમાં તને મદદરૂપ થશે.

14

વર્તમાન:

અભયને સમજાય જાય છે કે પાર્વતી એ વાસ્તવિકતા છુપાવેલી છે. પાર્વતી એ જે અભયના જીવનમાંથી નીકળી જવા માટે ગરીબીનું કારણ આપેલું એ ખોટું છે હકીકતમાં તો પાર્વતીએ માનવીય અવતાર છે જ નહીં. એ તો એક અચેતનાએ પ્રાપ્ત કરેલ ચેતનાનું રૂપ છે.

પણ હવે અભય આંખોને બંધ કરે છે અને વિચારવા લાગે છે કે એવું શું કામ ? અભય પાર્વતી સાથેની એ સ્મૃતિને ફરી આંતરમનમાં વાગોળે છે અને પાર્વતી સાથે થયેલ એ વાર્તલાપના અંતિમ શબ્દોને યાદ આવે છે જેમાં પાર્વતી અભયને કહી રહી છે ; " આ સિદ્ધાંતને ધ્યાનમાં રાખ જે . તને કામ લાગશે."

અભયને જાણે આત્માજ્ઞાન પ્રાપ્ત થયું હોય તેમ હળવેકથી આંખો ખોલે છે અને બોલે છે (મનમાં):

પાર્વતી જૈન ધર્મના સિદ્ધાંતને અનુસરતા, ખુદના પૂર્વજન્મના કર્મના આધારે અચેતન શરીર બનેલી ચેતના જ હતી એ તો હું સમજી ગયો. મારા બાળક સ્વરૂપના નિખાલસ અને શુદ્ધ પ્રેમીની તીવ્રતા એ હદે વધી ગયા કે પાર્વતીને જે બળ અચેતન સ્વરૂપમાં બાંધતું હતું તે બળ જાખું પડિયું . આ પ્રક્રિયાએ અચેતન વસ્તુને એ હદે જટિલતા પુરી પાડી કે પાર્વતી તેના વાસ્તવિક ચેતના રૂપમાં અવતરિત બનાવ સક્ષમ બની.

(આગળ ઘટનાની કળીઓને જોડતા અભય બોલે છે ;) સંભવત પાર્વતી જાણતી હતી કે આ ચેતનનાનું રૂપ ક્ષણિક સમય માટે જ રહશે એટલે જ પાર્વતી મને મારી ગરીબીનું બહાનું બનાવીને જતી રહી.

મતલબ કે ઋતંભરા ચેતના પ્રાપ્ત કરનાર યોગી કે મહાત્મા વ્યક્તિઓમા એ સમતા હોય છે કે તે પરિસ્થિતિને જળ મૂળથી બદલી શકે છે. મતલબ કે જો હું આ સિદ્ધિને પ્રાપ્ત કરી લવ તો મારી પાસે એ યોગ્યતા હસે કે હું પરિસ્થિતિને બદલીને પાર્વતીને મૂળ ચેતના રૂપમાં લાવી શકીશ. પાર્વતીને શ્રાપ મુકત કરી શકીશ. પણ આ યોગ સિદ્ધિઓ પ્રપ્ત કરવામાં તો યોગીઓ પોતાનું આખું જીવન

નોછાવર કરી નાખે છે. હું આ કાર્ય ટૂંક સમય કેવી રીતે કરી શકુ? શું આ શક્ય છે ?? જો શક્ય ન હતું તો એ દિવસે પાર્વતીએ ઋતંભરા ચેતના વિશેનો ઈશારો શું કામ કરીયો?

અનેક સવાલો અભયના મનને વંટોળીએ ચડાવી રહિયા છે.

અભય (મનમાં): "આ મારા સવાલોના જવાબ કોઈ સિદ્ધ પુરુષ જ આપી શકે." અભય વિચારવા લાગે છે કે ધ્યાનમાં કોઈ તત્વજ્ઞાનના નિશ્રણાંત છે ? અભયને મનમાં અચાનક ઘરથી થોડે દૂર આવેલા જૈન સંઘના આશ્રમમા રહેતા જૈન મુનિ હરિભદ્ર સુરીને આ સવાલો પૂછી શકાય તેવો વિચાર ઝબૂકે છે.

અભય ઘડિયારમાં જોવે છે; "હજી ૯ જ વાગ્યા છે. મારે વધારે મોડું ન કરતા હરિભદ્રસૂરિજીને મળી લેવું જોઈએ." અભય ઝડપથી ડ્રાઈવ કરીને જૈન સંઘ આશ્રમમા પોહચે છે અને તમામ વાસ્તવિકતા, હરિભદ્ર સૂરિજી ને જણાવે છે.

હરિભદ્ર સૂરિજી: જૈન દર્શન અને તત્વજ્ઞાન અનુસાર આ સંસારની દરેક વસ્તુ ,વ્યક્તિઓમાં ચેતનના છુપાયેલી છે પછી ભલે તે પદાર્થ જડ/નિર્જીવ હોય કે સજીવ. વ્યક્તિના પૂર્વ જન્મના કર્મો જ વ્યક્તિના આવનારા જન્મમાં નિર્જીવરૂપ માં અવતરશે કે સજીવ રૂપમાં એ નિર્ધારિત કરે છે. આથી તારી સાથે બનેલી ઘટના વાસ્તવિક જ છે.

અભય : હરિભદ્ર સૂરિજી ! તો શું હું પાર્વતી એ દર્શાવેલ માર્ગ , " ઋતંભરા ચેતના ના માધ્યમથી પાર્વતીને જડ્ત્વના પાપમાંથી મુક્ત કરી શકું ? શું આ સંભવ છે?

હરિભદ્ર સૂરિજી: બેટા !! આ કાર્ય સરળ તો નથી જ . યોગીઓ અનેક વર્ષોની તપશ્ચર્યા અને સાધનાને અંતે ઋતંભરા ચેતનાને પ્રાપ્ત કરતા હોય છે. પરંતુ અશક્ય પણ નથી. થોડા સમય પેહલા વિજ્ય નામનો મારો શિષ્ય અમુક વર્ષ માટે યોગિક જીવન જીવવાની ઈચ્છા રાખી રહીયો હતો આથી મેં વિજયને મારા ગુરુ કે જે હિમાલયની તળેટીમાં સાધન કરે છે તેમની પાસે દીક્ષા લેવા માટે મોકલે. વિજયે માત્ર ૨ વર્ષમાં ઋતંભરા ચેતનાને પ્રાપ્ત કરી હતી. જે મારા અને મારા ગુરુ માટે એક આશ્ચર્ય જનક ઘટના છે. આ એક દુર્લબ સંજોગ છે. વ્યક્તિના પૂર્વ જન્મના કર્મો પણ ચેતનાને જાગૃત કરવામાં મહત્વનો ભાગ ભજવતા હોય છે.

ભગવદ્ ગીતા અનુસાર , કોઈ પણ વ્યક્તિના કાર્યની સફળતા પાંચ પરિબળો વડે નિર્ધારિત થાય છે;

૧. સ્થાન

૨.સમય

૩.વ્યક્તિના કર્મ

૪.પુરુષાર્થ

૫.ઈશ્વરની ઈચ્છા કે કૃપા

પાંચમું પરિબળ કાર્ય સિદ્ધિ માટે ખુબજ મહત્વનું છે. જો ચારેય પરિબળો યોગ્ય દિશામાં હોય પરંતુ ઈશ્વરની ઈચ્છા કે કૃપા ન હોય તો કાર્ય નિષ્ફળ નીવડે છે. અને ઘણીવાર ચારેય પરિબળ પ્રબળ ન હોવા છતાં પણ ઈશ્વરની કૃપા હોવાથી સમયની સાથે કાર્ય સિદ્ધિ તરફ વળવા લાગે છે અને કાર્ય અંતે સફળ બને છે. આથી હમેશા પ્રયાસ કરવો જ જોઈએ. જો ઈશ્વરની ઈચ્છા કે કૃપા હોય તો સફળતા મળે છે.

15

અભય ચિત્તરાંગનાને હરિભદ્ર સૂરિ સાથે થેયલ ચર્ચાની માહિતી આપે છે.

ચિત્રાંગના: હમ્મ.. !! તો તું ઋતંભરા ચેતનાને જાગૃત કરીને પાર્વતીને અચેતનાના બંધનમાંથી મુક્ત કરાવવા માટે પ્રયાસ કરવા માંગે છે ?

અભય : હા !!...પણ મુશ્કેલ છે. આ સિદ્ધિ મેળવી આટલી સરળ તો નથી જ . યોગીઓને અનેક વર્ષો લાગી જાય છે. આ કામમાં મારે તારી મદદની જરૂર છે. તું કરીશ ?

ચિત્રાંગના : હા ...પણ શું ?

અભય : આ કામ માટે હું હિમાલયની તળેટીના જંગલો તરફ જવા માંગુ છું. બે વર્ષ સુધી સાધના અને ધ્યાન દ્વારા હું ઋતંભરા ચેતનાને જાગૃત કરવાના પ્રયાસ કરીશ. જ્યાં સુધી હું ફરી પાછો ન આવું ત્યાં સુધી કંપનીઓને તું સંભાળ .

ચિત્રાંગના : ક્રોધે ભરાય છે અને ગુસ્સામાં બોલે છે ;" તું બે વર્ષ સુધી આવા પ્રયોગો કરવા માંગે છે? જેમાં સફળતા મળશે કે નહીં એ પણ ખબર નથી. મારુ અને આપણા દીકરાનું શું ? તું કેટલો સ્વાર્થી બની રહીયો છે? તું આ વાતને સમજે છે કે નહીં ? તું બસ તારા પ્રેમનું જ વિચારી રહીયો છે. હું તારી વાઈફ છુ. આ બધી ઘટનાઓમાં મારો અને આપણા દીકરાનો સૌ વાંક ? આ પ્રક્રિયા તો ખાયમાં કૂદવા જેવી જ છે. હવે મારે આ વિષય પર કોઈ વાત જ નથી કરવી. સોરી !! હું તને જવા માટે કોઈ છૂટ નહીં આપું" કહીને ઓફિસનો દરવાજો જોરથી બંધ કરીને જતી રહે છે.

દિવસો નીકળવા લાગે છે. ચિત્રાંગનાની સાફ ના પછી અભય આ વિષય ઉપર કોઈ વાતને છનછેડતો નથી પણ અભયના હાવભાવ અને વિચારોમાં ગૂંચવાયેલો ચેહરો સ્પષ્ટપણે દર્શાવી રહીયો હતો કે, અભયનું મન પાર્વતીની અચેતનાની અવસ્થામાં જ અટકી ગયું છે.

એક દિવસ ચિત્રાંગના અભયના સ્ટડી રૂમને સાફ કરી રહી હોય છે ત્યારે ચિત્રાંગના નું ધ્યાન ટેબલ પર પડેલા ચેતના , યોગવિદ્યા અને આધ્યાત્મિક પુસ્તકો પર પડે છે. બાજુમાં પડેલી અભયની ડાયરી ખોલતા , લખેલી નોટસ ના

આધારે ચિત્રાંગના ને ખબર પડે છે કે અભય હાલના દિવસોમાં ઋતંભરા ચેતના ઉપર સંશોધન કરી રહીયો છે.

સાંજનો સમય છે. ચિત્રાંગના કોફીની ચુસ્કી લઈને ગહન વિચારમાં ડૂબેલી છે. એટલામાં અભય ઓફિસ થી આવે છે. હંમેશાની જેમ વિચારોમાં ખોવાયેલો અભય ઓફિસ બેગને સ્ટડી ટેબલ પર મૂકીને રૂમ તરફ જઈ રહીયો છે ત્યાંજ ચિત્રાંગના અભયને પાછળથી બોલાવીને અટકાવે છે;

ચિત્રાંગના: એક મિનિટ ! અભય !! રૂક... મારે તારી સાથે વાત કરવી છે . તું જા..હા ! તું જા ..

અભય : ક્યાં જવું છે ? ક્યાં જાવ ?

ચિત્રાંગના: હિમાલય તરફ . પ્રયાસ કરી લે . પણ ૨ વર્ષથી વધુ સમય ન લાગવો જોયે. ભૂલીશ નહીં હું તારી રાહ જોવ છુ.

અભય : ખરેખર ?

ચિત્રાંગના : હા ...પણ જો નિષફળતા મળે તો તું વધારે સમય બરબાદ નહીં કરે, તેવું પ્રોમિસ આપી શકે તો જ તને જવા દઈશ. મંજુર છે ?

અભય : સહજ હાસ્ય વિખેરાતા કહે છે ; " હા ! તારી શરત મને મંજુર છે." કહીને ચિત્રાંગનાને માથા પર ચુંબન આપે છે અને ગળે વળગતા આભાર વ્યકત કરે છે " થૅન્ક્સ ,ચિત્રાંગના "

બીજા દિવસે જ અભય , કંપનીઓ પોતાની ધર્મપત્ની ચિત્રાંગનાના નામે કરવાની પ્રકિર્યા શરૂ કરી દે છે. થોડા દિવસોને અંતે ચિત્રાંગના બધી જ કંપનીઓની માલિક બની જાય છે અને કામકાજનો કાર્યભાર સાંભળી લે છે.

થોડા દિવસો બાદ ,એક રાતે જયારે ચિત્રાંગના ગાઢ નિંદ્રા માં સૂતી હોય છે ત્યારે જ અભય હિમાલય તરફ આધ્યાત્મિક યાત્રા માટે ઘર છોડીને નીકળી પડે છે.

ચિત્રાંગના સવારે જાગે છે ત્યારે બાજુમાં પડેલ પત્રમાં અભય તેનો તેનો સંદેશો છોડેલ પત્ર ચિત્રાંગનાને મળે છે જેમાં લખિયું હતું કે ;

" મારા જવાના દુઃખથી રડતી તારી આંખોને હું જોત તો કદાચ મારુ મન ડગી જાત અને ઋતંભરા ચેતના માટેના પ્રયાસમાં અવરોધ આવત આથી જ તારી ગાઢ નિંદ્રામાં જ તારાથી દૂર જાવ છુ. યાદ રાખ જે , હું મારો પતિધર્મ અને પિતૃધર્મને નથી ભુલીયો એટલે હું ચોક્કસ બે વર્ષના અંતે પાછો આવીશ જ ."

હરિભદ્ર સુરી દ્વારા કહેવામાં આવેલા સ્થાનમાં રહેતા એક સાધુ (હરિભદ્ર સુરીના ગુરુ) પાસે અભય આવે છે. અભય નીતિ નિયોમનું પાલન કરતા દિવસના ૧૨ કલાક જેટલા સમય સુધી એક અંધાકરમય ગુફામાં ધ્યાનમાં બેસવાનું ને ઋતંભરા ચેતના પ્રાપ્ત કરી , પાર્વતીની મુક્તિ માટે સંયમ કરવાના

પ્રયાસ ચાલુ કરી દે છે. અભયની પાર્વતી માટે પ્રેમની તીવ્રતા એટલી ગહન બને છે કે ૧ એક વર્ષ ને ૬ મહિના ને અંતે અભય ," ધારણા , ધ્યાન અને સમાધિનું કેદ્ર પાર્વતી પર કેન્દ્રિત કરવામાં સફળ બની જાય છે અને . "સંયમ" ની ઊંડી અવસ્થા પ્રપાત કરી લીધાની ખાતરી થઈ જતા અભયના ગુરુ અભયને સમાધિ અવસ્થામાં એ જ ગુફાના સ્થાન પર છોડીને પોતાનું કર્તવ્ય પૂર્ણ થયાનું અનુભવતા ,ખુદના આધ્યાત્મિક પથ હિમાલય તરફ નીકળી પડે છે.

અભય સમાધિમાં ઉતરિયાના ૫ મહિનાને અંતે અથવા બે વર્ષ પુરા થવાના અંતે ,અભય સમાધિ અવસ્થામાં જ સૂક્ષ્મ રૂપમાં અષ્ટસિદ્ધિઓ પ્રપાત કરી લેતા , ઋતમ્ભરા ચેતનાને પ્રાપ્ત કરી લે છે.

સૂક્ષસરૂપમાં ને સૂક્ષ્મ જગતમાં અભય “ઋતંભરા ચેતનાનો” ઉપયોગ કરીને પાર્વતીને અચેતન ના શ્રાપ માંથી મુકત કરવા જઈ જ રહીયો છે કે ત્યાંજ વિષ્ણુ રૂપી ઈશ્વર પ્રગટ થાય છે અને કહે છે;

વિષ્ણુ ભગવાન : "વહાલા પુત્ર અભય !! રુકી જા. " અભય, વિષ્ણુ સ્વરૂપ ઈશ્વરને નમન કરે છે અને આ અવરોધ નું કારણ પૂછે છે.

ઈશ્વર : પુત્ર સમય અને સ્થાનને ધ્યાનમાં લેતા , " ઋતંભરા ચેતના " પ્રાપ્ત કરવાની છૂટ સત્યયુગના સમય પૂરતી જ હોય છે અને માત્ર સત્ય યુગના યોગીઓ માટે જ હોય છે. કળિયુગનો સમય આ કાર્ય માટે અને નિયતિના ચક્રોમાં ફેરફાર કરવા માટે સુસંગત નથી.ઈશ્વરે પણ સમયને અનુસરવું પડે છે . તે જે પ્રાપ્ત કર્યું છે એ સામાન્ય નથી અને જે ટૂંક સમયમાં તે જે સિદ્ધિ મેળવી છે એ પણ અસામાન્ય જ છે . પરંતુ નિયતિ દ્વારા આ કાર્યનો હક તને નથી.આથી જ , જો તારે પાર્વતીને અચેતનરૂપ માંથી મુક્ત કરવી હોય તો તારે એની કિંમત પણ ચૂકવવી જ પડશે. શું તું આ કામની કિંમત ચૂકવવા ત્યાર છે?

અભય : કિંમત ? મારે શું ભોગ આપવો પડશે ?

ઈશ્વર : નિયતિ ,પાર્વતીના પૂર્વ જન્મના કર્મોને માફ કરતા તેની ચેતના આપી દેશે અને જડતાના ગુણધર્મમાંથી મુક્ત પણ બનાવશે પણ એની કિંમત તારે તારી સ્મૃતિનો ત્યાગ આપીને ચૂકવવી પડશે. તે ઋતંભરા ચેતના ૧ વર્ષ ને ૧૦ મહિનાને અંતે પ્રાપ્ત કરી છે આથી તારી બધી જ સ્મૃતિ ૧ વર્ષ ને ૧૦ મહિનાને અંતે ભસ્મીભૂત (વિનાશ પામશે) બની જશે. અને ત્યારબાદના ૧૦ દિવસને અંતે તું મ્રત્યુ પામીશ.તું સત્વ ગુણોથી જ ભરાય ચકયો છે. હવે તારામાં રજજો અને તામસિક ગુણોનો વિનાશ થઈ ચુક્યો છે. આથી પૃથ્વીલોક એ તારું યોગ્ય સ્થાન નથી. ઋતંભરા ચેતના પ્રાપ્ત કરીલીધાનાં કારણે તું કર્મના બંધનને તોડી તું આ મૃત્યુ લોકમાંથી મુક્ત બનીને બ્રહ્માડમાં વિલીન થઈ જઈશ (નિર્વાણ પ્રાપ્તિ).. શું તને મંજુર છે ?

અભય : હાસ્ય વિખેરે છે અને બોલે છે ; " હે પરમાત્મા ! મને મંજુર છે "

ઈશ્વર : "તથાસ્તુઃ " અને ઈશ્વર અંતિમ શબ્દો બોલતા બોલે છે "હું તારા ત્યાગ અને પ્રેમના સમર્પણથી ખુબ પ્રસન્ન છુ એટલે તને હું એક ફળરૂપી આશીર્વાદ આપવું પણ પસંદ કરીશ ; " યશશ્વી ભવઃ તથા કીર્તિવાન ભવઃ”

16

ચિત્તરાંગના ઘરે છે , થોડા જ સમયમાં ઓફિસે જવા માટે નીકળવાની છે આથી જરૂરી ફાઈલ ગોતી રહી છે . કંપનીની જરૂરી ફાઈલ ગોતતા ચિત્રાંગના નું ધ્યાન કેલેન્ડર પર પડે છે. અભયે ફરી ઘરે પાછા આવવાના વચનને ૨ વર્ષની ઉપર ૧૫ દિવસ વીતી ચુક્યા છે પણ અભય હજી આવ્યો નથી.

ઘરની ડોરબેલ વાગે છે. ચિત્તરાંગના દરવાજો ખોલતા સ્તબ્ધ બને છે , સામે અભય એક મીઠી સ્મિત આપીને ઉભો છે . બે વર્ષના અંતે થયેલ પતિ પત્નીનું મિલન બંનેને ભાવુક કરે છે અને બને ગળે વળગીને રડી પડે છે.

ચિત્રાંગના : અભયને હળવેકથી ગાલ પાર થપ્પડ મારીને કહે છે ;" નાલાયક તું પંદર દિવસ મોડો પડ્યો છે.

અભય: "સોરી !...હા હા !!.. હિમાલય તો આપણા ઘરની પાછળ ની શેરી જેટલો જ દૂર છે ને . એટલે ૧૫ દિવસ વધુ માળો પડ્યો " કહીને કટાક્ષ કરતા મજાક કરે છે .

ધન્યવાદ

ચિત્રાંગના અભયને ઝડપથી ઘરની અંદર લે છે અને સોફા પર બેસાડે છે . અભયના ગોઠણને અડકીને નીચે બેસતા ચિત્રાંગના આતુરતા સાથે પૂછે છે : " ચાલ અભય ! મને ઝડપથી કે .., તું સફળ થયો ? પાર્વતી નું જડ શરીર અચેતનમાંથી ચેતન બનીયુ ? તને શું " ઋતંભરા ચેતના " ની પ્રાપ્તિ થઈ ? " ચિત્રાંગના આવા અનેક સવાલો એક પછી એક પૂછવા લાગે છે .

અભય : થોડો ઊંડો શ્વાશ લઈને કહે છે ; " હા ! ચિત્રાંગના મને સફળતા તો મળી છે. પણ એની એની કિંમત પણ ચૂકવવી પડશે." કહીને થોડા દૂખ સાથે ચિત્રાંગના સામે જોવા લાગે છે.

ચિત્રાંગના :" મતલબ ?? "

અભય સંપૂર્ણ હકીકત જણાવે છે. જે સાંભળીને ચિત્રાંગના રડી પડે છે અને રડતા આવજે બોલે છે; " ખબર નથી પડતી મને કે મારે આ સ્થિતિમાં તારી સાથે

શું વ્યવહાર કરવો જોઈએ? હમેશા બે પ્રેમીઓની વચ્ચે હું જ અંતમાં દૂખી થઈ રહી છુ. પેહલા તો તે મને છોડીને ૨ વર્ષ માટે હિમાલય તરફ જતું રહેવાનું નક્કી કરિયું અને હવે તે આ નિર્ણયને લીધો ? કેમ ? તને મારો વિચાર એકવાર પણ ન આવીયો ? શું તારે માત્ર એક સારો પ્રેમી જ બનવાનું છે ? સારો પતિ કે પિતા બનવાની તારી ઈચ્છા કે ફરજ છે જ નહીં ?

અભય : હું જાણું છુ કે મેં તારી સાથે અન્યાય કરીયો છે પણ બીજો કોઈ રસ્તો ન હતો. આ જ નિયતિની કે ઈશ્વરની ઈચ્છા છે. જો આપણે વર્તમાનનું વિચારીએ તો આપણી પાસે બે રસ્તા છે .

પેહલો મારી સાથે વધેલો સમય તું ખુબ આનંદથી વીતાવ અને ભવિષ્યની ચિંતા કરિયા વગર આપણે વર્તમાનને માણીયે. અને ૧. ૧૦ મહિના સંપૂર્ણ આનંદમય દામ્પત્ય જીવન જીવીએ .

બીજો રસ્તો એ છે કે , પુરા આવનારા ૧ વર્ષ ને ૧૦ મહિના સુધી ભવિષ્યનું વિચારીને દુઃખી રહીયે. નિર્ણય તારે કરવાનો છે. હું તો પેહલા ઓપ્શનને સિલેક્ટ કરીશ. તારું શું માનવું છે ?

ચિત્રાંગના : થોડું હશે છે અને બોલે છે ; " જે ઓપ્શનમાં તું ત્યાં જ હું. " કહીનેઅભયના માથા પર ચુંબન આપે છે.

૧ વર્ષને ૧૦ મહિના દરમિયાન અભય અને ચિત્રાંગના પોતાના વ્યવાહિક જીવનને સંપૂર્ણ આનંદથી જીવવાનો પ્રયાસ કરે છે. અનેક જગ્યાએ ફરે છે અને સુખી સંપન્નતા અનુભવે છે.

અંતે,આજે એ દિવસની સવાર છે કે જયારે ૧ વર્ષ અને ૧૦ મહીનાનો સમય પૂરો થઈ રહીયો છે. સવાર પડતા જ અભય બધું જ ભૂલી જાય છે અનેઅભયનું શરીર તાવથી ધગવા લાગે છે. અભય આશ્ચર્યથી ચિત્રાંગના સામે જોય રહીયો છે અને

ટાઢિયો તાવના કારણે ઠુંઠવાતાં અવાજે પૂછે છે ;

અભય : તમે કોણ છો? અને હું કોણ છુ? મને કઈ યાદ કેમ નથી ?" ચિત્રાંગના વિચાર કરી રહી છે કે શું જવાબ આપે? તે જ ક્ષણે ઘરની ડોરબેલ વાગે છે. ચિત્રાંગના ઝડપથી દરવાજાને ખોલે છે. સામે એક સુંદર અને દિવ્યરૂપવન મહિલા ઉભેલી નજરે પડે છે.

ચિત્રાંગના : જી બોલો!! તમે કોણ ?

મહિલા : હું પાર્વતી છુ.

આ સાંભળીને ચિત્રાંગનાને આશ્ચર્ય થાય છે.

ચિત્રાંગના: પાર્વતી ?? કેવી રીતે ?? ...મતલબ કેમ ??

પાર્વતી : હા , હું જ અભયની પ્રેમિકા પાર્વતી છુ. અભયના અંતિમ ક્ષણોમાં અભયની સેવા કરવા અને અભયને સાથે પરલોક લઈ જવા આવી છુ. ચેતના પ્રાપ્ત કર્યા બાદ ઈશ્વર પાસે અનેક આજીજી ને અંતે મને ભગવાન વિષ્ણુ દ્વારા આ કૃપા પ્રયાપ્ત થયેલ છે. જો તમારી પરવાનગી હોય તો જ હું તમારા ઘરમાં પ્રવેશીશ. તો શું , હું ઘરમાં પ્રવેશી શકું?

ચિત્રાંગના : હા ..." કહીને પ્રેમની પવિત્રતા જોઈને થોડી ખુશી અને પતિ વિયોગના દુઃખ સાથે પાર્વતીને ઘરમાં પ્રવેશ કરવા દે છે.

પથારી પર બીમાર થઈને ઢળેલો અભય પાર્વતીને સામે અજાણીયા ભાવથી જોવે છે અને થથળતાં અવાજે સવાલ કરે છે ;

અભય : "તમે કોણ ??" પાર્વતી કઈ પણ બોલે તેની પેહલા ચિત્રાંગના બોલી પડે છે

ચિત્રાંગના : આ તમારી પત્ની છે, " પાર્વતી " .

અભય : અને તમે કોણ છો?

ચિત્રાંગના : હું તમારી અંગત મિત્ર છું. " ચિત્રાંગના "

અભય : મને શું થયું છે ? અને મને કેમ કઈ પણ યાદ નથી.

પાર્વતી : અભયની પાસે બેસે છે અને માથાપર હાથ ફેરવીને પંપાળતા બોલે છે ; " બસ ! થોડા સમયની બીમારી છે . તમને મગજ નો તાવ છે એટલે તમને કઈ પણ યાદ નથી. ડોકટરે કહેલું છે કે તમે જલ્દી ઠીક થઈ જાશો. પછી બધું જ શાંત બની જશે.

અભય : હમ્મ ...

થોડા સમયમાં અભય શૂઈ જાય છે. રૂમની બહાર નીકળતા પાર્વતી , ચિતરાંગના ને રડતા જોવે છે . સાંત્વના અપાતા પાર્વતી ચિત્રાંગનાને ખમ્ભા પર હાથ મૂકે છે.

ચિત્રાંગના : એક સવાલ પૂછું ?

પાર્વતી : હા..

ચિત્રાંગના : તું ! અભયને ગરીબીનું જ કારણ આપીને કેમ ગઈ ?

પાર્વતી : એ દિવસે મારુ જતું રહેવું એ નિર્ધારિત જ હતું. આથી હું ઇચ્છતી હતી કે ગરીબી જ અમારા વિરહનું કારણ છે એવું અભય માની લે. આ પ્રકારે પરોક્ષ રીતે ગરીબીને અભયના જીવનથી જડમૂળથી દૂર કરવા ઉતેજીત કરવા માંગતી હતી. અને એનું પરિણામ તારી સામે છે. આજે જો અભય અનેક કંપનીઓ ઉભી કરી ચુકીયો છે.

ચિત્રાંગના : ઠીક છે , પણ અભયની મનની શાંતિ નું શું ? તારા દ્વારા કહેવામાં આવેલ એ વાત ને પરિણામે અભય એ રીતે બદલાયો કે જાણે એ એક મશિન હોય. અભય ! સંપૂર્ણ લાગણી વિહીન વ્યક્તિ બનવા લાગ્યો. આ પ્રશ્નનો શું જવાબ છે તારી પાસે ?

પાર્વતી : જાણું છુ. પણ એ અભયે ભોગવવાનું જ હતું. અભયના પૂર્વ જન્મના કર્મોને કાપવા માટે આ જન્મમાં અભયે ! અશાંત ચિત્ત (મન) ભોગવવું જ પડત.

ચિત્રાંગના : તું તો સ્વર્ગલોકથી અવતરિત છો તને તો ખ્યાલ હશે જ . તો શું મારા પણ એવા કોઈ કર્મ રહેલા હશે કે જેથી મારે અનેકવાર અભયથી દૂર થવું પડ્યું ? શું એવું છે ?

પાર્વતી : હા . કર્મથી કોઈ બચી ન શકે. તારે પણ કર્મને કાપવા માટે અભયનો વિરહ સહન કરવો પડ્યોઅને ભવિષ્યમાં થોડા વર્ષો કરવો પણ પડશે પાપ. અંતે તું પણ તારા કર્મોથી મુકત બનીશ.

૧૦ દિવસ સુધી પાર્વતી ને ચિત્રાંગના અભયને શક્ય તેટલો પ્રેમની હૂંફ આપીને અભયની પીડાને ઓછી કરે છે , સારસંભાળ લે છે. અંતિમ ઘડીમાં પથારીવશ અવસ્થામાં અભય પાર્વતી અને ચિત્રાંગનાનો હાથ પકડીને , બંધ થતી આંખો સાથે કહે છે;

" મને કઈ પણ યાદ નથી પણ મારુ મન મને એ વાત માનવ મનોમન કહી રહીયુ છે કે , અંતિમ સમય માં જે વાતનું સ્મરણ કરવામાં આવે તે ઘટના આવનારા જન્મમાં બને છે.આથી તમને બંનેને હું આવનારા જન્મોમાં ફરી મળું અને સમગ્ર જીવનકાળ દરમિયાન હું તમારી બને સાથે , કોઈના કોઈ સંબંધ રૂપે જીવન વ્યતીત કરું એવી મારી આ જન્મની અંતિમ ઈચ્છા છે. " અભયની આંખો મીંચાય જાય છે.અભય અને પાર્વતી મૃત્યુલોકમાંથી મુક્ત બને છે. પછીના ૨૫ વર્ષ સુધી આયુષ્ય ભગાવીયા બાદ ચિત્રાંગના પણ સ્વર્ગવાસને પામે છે.

ધન્યવાદ

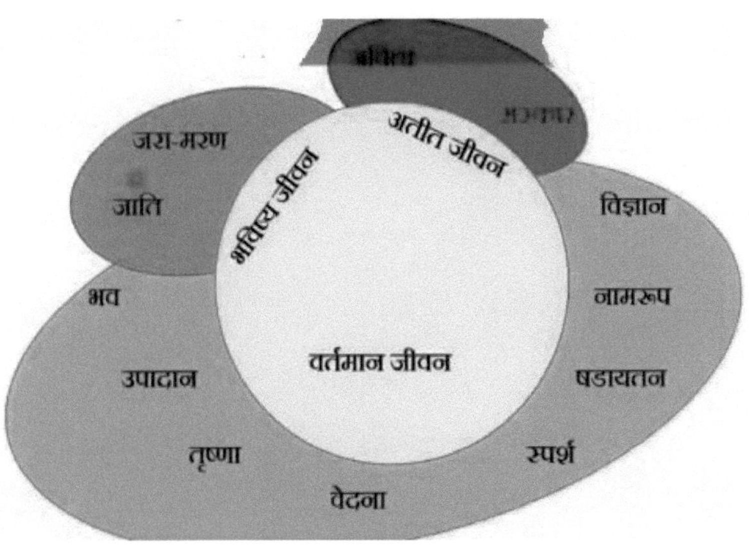
अतीत जीवन
भविष्य जीवन
वर्तमान जीवन
जरा-मरण
जाति
भव
उपादान
तृष्णा
वेदना
स्पर्श
षडायतन
नामरूप
विज्ञान

પ્રતિત્યસમુત્પાદ

9 798889 758112

Printed by Libri Plureos GmbH in Hamburg,
Germany

Printed by Libri Plureos GmbH in Hamburg,
Germany